Machafuko, Mvuto, na Wateja

Mwongozo wa Kuokoka kwa Mtaalamu Anayeongozwa na Utu

Chris Charles Simone

979-8-90056-697-9

Kujitolea

Kitabu hiki kimetolewa kwa MAMA yangu, Joan Claire Simone, 1940-2022.

Alikuwa mama wa watoto kumi na watatu katika mazingira ya upendo. Kwa sababu alikuwa na ujuzi wote uliofunzwa katika kitabu hiki na alikuwa mpokeaji mapokezi bora zaidi kuwahi kutokea, angeweza kumhamisha Mlinzi wa alama za ajabu na mwenye hasira na kuwa mtu wa kushuku mahiri kwa kugeuza macho. Nilijionea mwenyewe kama Wazazi wangu walipotambua maono ya miaka 28. Nilinunua kabisa na singebadilisha chochote. Asante, Mama, kwa kudhibiti maelfu ya watu na mambo yao magumu, matarajio na udhaifu wao ili kuwapa joto walio wapweke na kuanzisha mtazamo wa kujitolea duniani kote.

Shukrani

Orodha ya watu walionisaidia kuandika kitabu hiki inarudi nyuma miaka 25 kwa mwenzangu ambaye alinipa mtazamo wa kando ambao niliona kwa mara ya kwanza, kisha mamia ya mara baadaye, akisisitiza tena kwamba nilichokuwa nacho kwa kujiinua kilikuwa utu wangu. Siku hizi, nimepata usaidizi kutoka kwa washauri wa kuandika kama Sheri Hawkins, Jennifer Moore, na Dale Peters.

Ninawashukuru ndugu na dada zangu James, Roy, Eva, Paulette, Monica, Christina, Matthew, Sean, Mary, Margaret, Viv, na Andrew kwa kunisikiliza kwenye meza ya chakula cha jioni na kwa mazungumzo ya usiku sana kuhusu kile ninachopenda.

Na shukrani kwa Binamu na Shangazi zangu wapendwa, ambao walitoa maoni bora zaidi ya kutokuwa na kizuizi kutoka kwa mioyo yao moja kwa moja kwa yangu.

Shukrani kwa Mark Mckee, Darrell Mason, Mark King, Billy Terrebarry, Jordan Greenough, Chris Dobson, Mike Hill, Matthew na Jason Stradiotto, Matthew Rush, Martin Leyne, Mike Long, na majirani zangu Ted na Penny, ambao walisikiliza huku nikiwaza kwa sauti na upendo tu machoni mwao. Wanasema kwamba rafiki wa kweli ni mtu anayefurahia maneno yako bila kujali unazungumza nini. Rafiki yangu wa karibu, Dean Smart, alisikiliza kila siku nilipokuwa nikihama, nikisuka, na kutikisa njia yangu kuelekea kusimamia hisia za umma; kwa hilo, nakushukuru, ndugu yangu.

Shukrani kwa Watoto wangu Maclayne, Cameron, Jonas, na Niko, ambao wakati mwingine walikuwa washiriki na mashahidi wa pole katika mabadiliko yangu kutoka kwa mfungaji mwenye hasira, mpweke, wa ajabu hadi kuwa na hisia zangu, kuheshimiana, na hali ya ucheshi tena na tena na tena. Hatimaye, shukrani muhimu zaidi ziende kwa mke wangu, Lisa, ambaye amekuwa na mimi kwa miaka hii yote nikijiaibisha kwenye karamu au kukaa muda mrefu kwenye ukumbi nikizungumza na wageni. Nyumba yetu imejaa shauku na upendo unaoakisi wewe na yote unayotufanyia. Wewe ni mpenzi wa maisha yangu.

Kuhusu Mwandishi

"Bado tunafikiria kwa ujinga wetu kwamba tungepokea heshima sawa na wale ambao wamepigana wenyewe hadi kifo."

Chris Simone

3770 Bridgewater Street, Niagara Falls, ILIYO

chris@niagarafootmechanic.ca

905-295-1902

Unganisha kwa akaunti ya Youtube:

https://www.youtube.com/@chrischarlessimone

SIFA

- Kushika wakati
- Kutegemewa
- Kuaminika
- Mwaminifu
- Kujiamini
- Kuhamasishwa
- Mwenye shauku
- Inaweza kubadilika
- Kimethodical
- Mgonjwa
- Nia

- Charismatic
- Autodidactic

Nilianza kama mapokezi kwa mazoezi ya baba yangu ya ngozi nikiwa na umri wa miaka sita. Hivi majuzi, nilikuwa mpokezi wangu katika Studio yangu ya Yoga iliyoanzishwa huko Chippawa inayoitwa Bridgewater Yoga. Baada ya miaka saba ya kushughulikia michakato yote ya kila siku, nimeajiri Meneja wa Studio wa kitaalamu kuendesha shughuli zetu. Jumla ya uzoefu: miaka 48 ya uzoefu wa kazi na mapokezi ya sasa huko Bridgewater Yoga-Ontario kutoka Desemba 2017 hadi Julai 2024. Nilifungua biashara hii mnamo Desemba 2017, na inaendelea kuwa wasiwasi unaokua. Nilishughulikia mapokezi na shughuli zote za kila siku: walimu 12, utunzaji wa Wanachama, POS, ratiba ya masuala ya ujenzi, na usafishaji. Stashahada ya Chuo cha Elimu katika Maendeleo ya Biashara Ndogo.

Ninamiliki jengo la biashara kwa pesa za kutosha na ninaishi orofa na Biashara katika ghorofa ya chini. Mke wangu pia huendesha biashara kutoka ofisi yake kwenye mali hiyo. Ninasoma na kuandika kila siku kwa sababu ninaweza kuweka kasi, ambayo ninahisi kuwa huru.

Nimekuwa mambo kadhaa maishani mwangu na sijawahi kuwa mkuu haswa, isipokuwa ilipokuja kwa utu wangu. Nimeitwa kofia mbaya zaidi kuliko zote ambazo nimevaa. Mzazi mbaya zaidi, mshirika, mwana, kaka, mhudumu wa baa, carny, muuzaji, mkahawa, mchoraji wa nyumba, mkutubi, mmisionari, mkimbiaji, alter boy, mwalimu na mwalimu. Yote haya ni kwa sababu nilifidia ukosefu wangu wa talanta kwa kuheshimiana na kutimiza ahadi yangu. Sifa hizo mbili ziliniongoza kupitia vizuizi. Kizuizi ambacho wenye ufanisi, utendakazi wa hali ya juu, wanaolazimishwa, waliolazimishwa, waliokanyagwa, wasio na kiasi, tendaji na walio na hisia chafu wanaotambuliwa kama thamani ya juu.

Nimeunda mfumo wa kuimarisha utu wako. Ni simulizi inayomlenga mtu na yenye mahitaji ya kiutendaji, shughuli za kupanga na matokeo.

CHAOS CHARM AND CUSTOMERS huanza na sifa kumi na tatu zinazoweza kutambulika, na hivi karibuni, tunaweza kujua tulipo, wenye nguvu na dhaifu. Kisha, mchakato wa kupiga kelele, ushawishi na hali ya kuheshimiana huanza, na kusababisha kundi la vijenzi ambavyo vinahusiana na kubadilishwa ili kukufaa. Je! unakumbuka mara ya mwisho ulipoenda kwenye safu ya bunduki na ukapiga risasi kwenye shabaha? Mchoro unaoacha ni wa kipekee na haurudiwi haswa. Ili kujielekeza, kuwa na ufanisi, kuwa na hisia na hisia zako, kuwa na haiba inayofahamika, na kuwa na uthabiti na mkweli, ambatana nami!

Dibaji

Ulimwengu wa leo unaendeshwa na teknolojia na otomatiki, ambapo karibu kila kitu kimefanywa kuwa rahisi zaidi na maendeleo ya teknolojia. Katikati ya hili, ni rahisi kwa watu kuhoji thamani yao, hasa wakati inaaminika sana kwamba AI inaweza kufanya kazi kwa ufanisi zaidi, kwa usahihi, na kwa kasi zaidi kuliko wanadamu.

Kitabu hiki kiko hapa kukukumbusha kuwa utu wako ndio nguvu yako kuu, kitu ambacho AI au teknolojia yoyote haiwezi kuigiza. Iwe unafanya kazi katika huduma kwa wateja, unaongoza timu, au unatafuta tu kuunganishwa vyema na wengine, kitabu hiki kitakuonyesha jinsi ya kufanya mwingiliano wako kukumbukwa. Katika wakati ambapo ufanisi mara nyingi hufunika uhalisi, utu wako wa kipekee unaweza kuwa tofauti inayokutofautisha.

Kitabu hiki kikiwa na vidokezo vya vitendo na hadithi za maisha halisi, kitakuongoza jinsi ya kuleta uchangamfu, ucheshi na uhalisi katika kila kitu unachofanya. Ni kuhusu kukumbatia sifa zako za kipekee, kujenga uaminifu, na kuunda mahusiano yenye maana ambayo yanaonekana kutokeza katika ulimwengu unaotawaliwa na kanuni na mifumo otomatiki.

Hiki si kitabu kuhusu kukariri hati au kufuata sheria ngumu. Badala yake, ni sherehe ya kile kinachokufanya wewe, wewe. Kupitia mifano inayoweza kuhusika na maarifa yanayoweza kutekelezeka, utajifunza jinsi ya kutumia umoja wako ili kufungua uwezo wako kamili. Utu sio sifa tu - ni nguvu kuu.

Jitayarishe kugundua jinsi utu wako unavyoweza kubadilisha sio kazi yako tu bali pia maisha yako. Kwa sababu katika ulimwengu wa mashine, ni mguso wa kibinadamu ambao hufanya tofauti.

Yaliyomo

Utangulizi: Maungamo ya Mpokezi wa Miaka 6

Je, umewahi kusikia msemo huu, 'Utu mzuri ndio nyongeza bora unayoweza kuvaa?' Naam, huo ni ukweli. Haijalishi jinsi wewe ni mwerevu na mwenye ujuzi au jinsi WARDROBE yako inaweza kuwa ya kuvutia; mwisho wa siku, utu wako unang'aa na kuwavuta watu ndani kweli. Niliamini hili kwa uthabiti hadi walipoendesha gari kwenye kifaa kipya cha ofisi: msaidizi wa AI maridadi, anayeng'aa na taa zinazowaka na sauti iliyosikika kuwa ya adabu sana kwa mtu anayejaribu kuchukua kazi yangu. Hapo ndipo nilipojua ujuzi wangu ungejaribiwa.

Nilikuwa mhudumu wa mapokezi, nikiwa na umri wa miaka 6 tu, mrefu wa kutosha kuweza kuona juu ya dawati. Kwa kuhukumu kutoka juu, watu wengi wangedhani kwamba ningekuwa sistahili. Hata hivyo, nilijaliwa mambo mawili muhimu: utu wa ajabu na azimio la kuhamisha milima. Walipoleta msaidizi wa AI, watu wazima hawakuweza kupata kutosha kwa ufanisi wake-jinsi gani inaweza kujibu simu, kuwasalimu watu, na hata kupanga mikutano.

Lakini sikuvutiwa. Nilijua kabisa kwamba roboti haiwezi kufanya sehemu muhimu zaidi ya kazi yangu: kuwa mimi.

Mara ya kwanza roboti ilipojaribu kuchukua nafasi hiyo, ilikuwa ya hila. Mgeni aliingia ndani, mwanamume mrefu mwenye mkoba, na kabla hata sijasema “Habari za asubuhi,” roboti ilikuwa tayari imeingia.

"Habari za asubuhi bwana. Nikusaidieje leo?" Ilisema kwa sauti yake laini, ya mitambo.

Niliikazia macho roboti, ngumi zangu ndogondogo zikiwa zimekunjamana. Hiyo ilikuwa mstari wangu! Lakini sikutaka kuruhusu roboti kuiba mwangaza wangu.

"Niko hapa kumuona Bwana Clark," mtu huyo alijibu.

“Bila shaka!” msaidizi wa AI alichukua nafasi.

Mgeni huyo, akitazama saa yake ya 0 na dokezo la kutokuwa na subira, aliongeza, "Nina mkutano ulioratibiwa naye. Natarajia kujadili mradi wetu ujao."

“Bila shaka!” msaidizi wa AI alijibu, mkono wake wa roboti ukiashiria sehemu ya kuketi. "Tafadhali kuwa na kiti wakati ninaarifu idara."

Mtu huyo alijaribu kuzungumza kidogo. "Ndio, nina haraka; lazima nielekee shule ya mtoto baada ya; watoto wangu wamefurahishwa sana na mchezo fulani wa shule walio nao. Ni mara yao ya kwanza kwenye jukwaa."

Roboti iliyumba kwa muda, ikijitahidi kuchakata mguso wa kibinafsi. Baada ya muda mchache zaidi, ilijibu, "Ninaomba msamaha; sina taarifa kuhusu masuala ya kibinafsi au ya kifamilia. Je, kuna kitu kingine chochote unachoweza kutaka kujua kuhusu mahojiano?"

Maskini alishangazwa kidogo na hili, bila shaka alitarajia kupata zaidi ya mazungumzo madhubuti ya shughuli. Hapa ndipo nilijua kuwa nina ufunguzi wangu.

"Ni vizuri kusikia kuhusu watoto wako!" Nilisema huku nikitabasamu kirafiki. "Wanacheza nini katika mchezo wa shule? Lazima hilo liwe la kusisimua sana kwao."

Uso wa mtu huyo ulichangamka alipoanza kuongea. "Wote wawili wako katika majukumu ya kuongoza! Imekuwa kazi nyingi, lakini wanavuma. Siwezi kusubiri kuwaona jukwaani."

Alipokuwa akishiriki hadithi kuhusu mazoezi na mavazi yao, nilisikiliza kwa makini na kutoa kitia-moyo. "Wanasikika kama watakuwa wa kushangaza! Inafurahisha kuwaona wakiwa na shauku na msisimko."

Mgeni huyo aliondoka akiwa na tabasamu la kweli, akionyesha wazi kuthamini mabadilishano yetu ya kibinafsi. Alipokuwa akiondoka, nilimsikia akimtajia Bw. Clark, "Roboti yako haikuwa msaada sana, lakini tunashukuru, mvulana mdogo kwenye mapokezi alikuwa akinisaidia sana na aliweza kufanya siku yangu kwa uchangamfu na shauku yake ya kweli."

Baadaye, Bw. Clark alinikaribia na tabasamu la shukrani. "Nilisikia jinsi ulivyoshughulikia mambo na mgeni wetu leo. Asante kwa kutoa maoni chanya. Kudumisha uhusiano mzuri na wawekezaji wetu, haswa na mtu muhimu kama yeye, ni muhimu. Uwezo wako wa kuunganishwa kwa kiwango cha kibinadamu uliokoa siku na uwezekano wa uwekezaji muhimu."

Nilitazama roboti ambayo ilibaki kimya. Hakika, inaweza kushughulikia kazi na kudhibiti taarifa, lakini haikuweza kushiriki katika mazungumzo madogo yenye maana au kuunganishwa kwa kiwango cha kibinafsi. Huu ulikuwa mwanzo tu wa mashindano yetu ya kirafiki.

Jambo la kuchukua kutoka kwa hadithi hii ni kwamba utu hatimaye hushinda AI. Roboti inaweza kujua mambo yote, lakini haitajifunza kamwe jinsi ya kumfanya mtu acheke, kufurahisha siku ya mtu yeyote, au kuungana na watu kwa kiwango cha kibinafsi. Hiyo ni nguvu kubwa ambayo hakuna mashine inayoweza kulinganisha.

Kuishi katika wakati ambapo inazidi kuhisi kama AI inaingilia kila nyanja ya maisha yetu, ni wakati wa kutambua, sasa zaidi ya hapo awali, kwamba tabia zako nzuri, dosari, na hata talanta yako ya kuibua utani wa baba katika hali mbaya zaidi sio tu sifa za kupendeza-ni nguvu kuu. Kumiliki chapa yako ya kipekee ya "ajabu" ni zaidi ya kujikubali; ni faida ya kimkakati ndani ya ulimwengu ambapo usawa wa ushirika na mwingiliano unaoendeshwa na algorithm unaongezeka.

Upekee wako unaweza kuwa kwa nini unasimama katika mahali ambapo mara nyingi huweka usahihi na ufanisi juu ya kila kitu kingine. Ingawa AI na otomatiki hufanya kazi ili kurahisisha michakato na kutoa uthabiti, sio mbadala wa mguso wa kibinadamu ambao huongeza tabia na joto kwa mwingiliano wowote. Ujinga wako—mambo yanayokufanya uwe wa kipekee—huunda matukio ya kukumbukwa na kuunda miunganisho ya kweli. Ishara hizi ndogo zinaweza kukutofautisha na wimbi lisilo la kibinafsi la ufanisi na kuvunja utangamano wa mwingiliano wa kila siku wa biashara.

Chukua safari ya ugunduzi pamoja nami, kutoka kwa wanakijiji wanaotabasamu ambao hawana chochote hadi wataalamu wa mijini wanaokunja uso ambao wanaonekana kuwa na kila kitu. Sio juu ya kukusanya maili za vipeperushi mara kwa mara; ni kuhusu kufichua kile ambacho huwafanya watu wafurahi na kuchukua masomo hayo katika ulimwengu wa ushirika.

Katika vijiji vya mbali, mtu ataweza kutambua kwamba furaha inafanikiwa katika maisha rahisi. Kwa rasilimali zao chache, wanakijiji wana furaha na ukarimu wa kweli. Tutapita katika miji yenye shughuli nyingi iliyojaa wataalamu ambao, licha ya mali na kazi zenye mafanikio, wanaonekana kuandamwa na mkazo na kutoridhika. Hiyo itaturuhusu, kwa kulinganisha, kutambua kwamba furaha ya kweli haihusiani na kitu chochote kinachoonekana au nyenzo.

Ni safari ya kuelewa nini maana ya furaha kweli na kutumia maadili hayo katika ulimwengu wetu mbalimbali wa kazi. Ni juu ya kujifunza kutokana na uzoefu huu tofauti na kutumia masomo kama haya ili kukuza mwingiliano wa kweli zaidi na mazungumzo yaliyojaa vitu na wafanyabiashara wenzetu—tabasamu moja baada ya nyingine. Njoo ujiunge nami katika kuchunguza jinsi kukumbatia masomo haya kunaweza kutusaidia kuunda mahali pa kazi palipounganishwa na chanya.

Kwa miongo kadhaa, majaribio ya utu, kama vile Kiashiria cha Aina ya Myers-Briggs (MBTI), yamezingatiwa kama kiwango cha dhahabu katika kujaribu kuelewa tabia ya binadamu. MBTI ilivumbuliwa na Katharine Cook Briggs na binti yake Isabel Briggs Myers. Jaribio hili huwaweka watu katika aina mojawapo ya watu 16, yenye lebo za herufi nne kama vile INFJ, ENTP, au ISFP, kulingana na mapendeleo ya jinsi wanavyouona ulimwengu na kufanya maamuzi. Kila lebo hufungua maarifa ya kina kuhusu utu, mapendeleo na tabia ya mtu.

Kwa mtazamo wa kwanza, hii inaweza kuonekana kusaidia katika kutoa aina fulani ya mfumo ambao kwayo tunaweza kuelewa sisi wenyewe na wengine. Lakini tukipeana sikio la muhimu zaidi, ni dhahiri kwamba wanadamu hawawezi kuwekwa kwenye kategoria 16 tu.

Ingawa jaribio hili linakubalika kote ulimwenguni na kutumika kwa nyanja mbalimbali, kama vile mahusiano na mahali pa kazi, pia lina mapungufu makubwa. Suala kuu la jaribio hili ni kwamba linajaribu kutosheleza watu katika mojawapo ya kategoria hizo ngumu kulingana na upendeleo katika dichotomi nne: introversion/extraversion, sensing/intuition, kufikiri/hisia, na kuhukumu/utambuzi. Kinyume chake, utu halisi wa kibinadamu ni wa hali na rahisi zaidi kuliko lebo hizo zingetufanya tuamini. Kulingana na mazingira yetu, hisia, na uzoefu wa zamani, sisi hubadilika kila wakati, kubadilisha na kuonyesha sifa mbalimbali.

Wakosoaji wanaonyesha kuwa tabia ya mtihani wa Aina ya Myers-Briggs (MBTI) ya kuunda dichotomies za uwongo ni moja ya shida zake kuu. Labda wewe ni mtangazaji au mtangulizi, mtu anayefikiria au anayehisi. Wakati, kwa kweli, wengi wetu huishia mahali fulani katikati, mara nyingi tunaonyesha tabia nyingi. Migawanyiko hii isiyobadilika haiwezi kukamata vya kutosha utata na ujanja wa tabia ya mwanadamu, wala haiwezi kufikiria jinsi haiba zetu zinavyoweza kubadilika katika maisha au hata dakika moja hadi nyingine.

Mbali na hilo, MBTI haizingatii athari za nyanja za kitamaduni na malezi au hata akili ya kihemko, ambayo ina athari kubwa kwa utu. Ingetoa hisia ya uwongo ya kumwelewa mwanadamu na kumrahisisha kwa lebo tu, ambayo mara nyingi ni ya kupotosha na yenye madhara. Kuzingatia kategoria zisizobadilika huhimiza mtazamo tuli wa sisi wenyewe, kuzuia ukuaji wa kibinafsi na kujitambua.

Katika kitabu hiki, tutajadili dosari katika majaribio ya utu kama vile Myers-Briggs na jinsi wanavyocheza kila mara ili kuweka ramani ya aina mbalimbali za utata wa binadamu na kuunda ng'ombe wao watakatifu. Kwa kutilia shaka imani potofu na kutilia shaka uhalali wa majaribio hayo ya utu, tunafungua mlango kwa ufahamu wa hali ya juu zaidi wa utu—umoja unaokumbatia usawaziko, utofauti, na utata wa kweli wa uzoefu wa mwanadamu. Badala ya kujaribu kutoshea kwenye molds, tutajaribu kueleza jinsi ya kusherehekea upekee huu na utayari wa mabadiliko ambayo yanatufanya sisi ni nani.

Ikiwa umewahi kuhisi kuzuiliwa au kuwakilishwa vibaya na jaribio la utu, sura hii inaiweka katika mwanga mpya. Unaweza kujitafutia njia mpya ya kazi, mtaalamu wa mtihani-debunker, kwa sababu wacha nikuambie, kuna mengi zaidi kwa utu kuliko yale ambayo dodoso rahisi linaweza kuonyesha.

Je, uko tayari kufanya mapinduzi katika namna ya kufanya huduma kwa wateja? Jifunge mkanda unapopitia ujuzi kumi wa kubadilisha mchezo ambao utakutoa kutoka kwa mtoa huduma wa roboti hadi kwa mchawi anayetumia haiba. Hiki si kitabu cha kujisaidia bali ni safari isiyozuiliwa, ya kucheka kwa sauti ili kujua jinsi utu wako unavyoweza kuwa nyenzo yako kuu katika huduma kwa wateja na kwingineko.

Katika enzi ambapo otomatiki na AI zinaanza kuchukua nafasi moja baada ya nyingine, mguso wa mwanadamu unakua kwa thamani. Hiki si kitabu kinachohusu umilisi wa hati au sheria zisizobadilika bali ni kitabu cha kuleta uchangamfu, ucheshi, na uhalisi katika kila mwingiliano. Tutazama kwa kina katika mbinu za vitendo za kukuza ujuzi wa kusikiliza, njia za kutumia huruma, na njia za kutumia sifa zako kujenga miunganisho ya kweli na wengine. Mifano halisi ya kila sura na vidokezo vinavyoweza kutekelezeka vinaonyesha jinsi ya kushirikisha hadhira yako na kuondokana na kelele.

Kitabu hiki kimeundwa ili kutoa safari ya kina ya ugunduzi. Inaanza na **Utangulizi wa Sifa 13 Zinazoweza Kutambulika**-mambo muhimu kama vile Utayari, Hisia, Uwezo, Urafiki, Kemia, na mengine, ambayo ni muhimu katika kuunda mwingiliano wa maana wa wanadamu. Pia utachunguza **Kiwango cha Hisia**, mfumo wa kuelewa wigo kamili wa hisia za binadamu na jinsi ya kuzielekeza kwa ufanisi katika mipangilio ya kitaaluma. Muhimu wa kitabu hiki ni dhana ya **"Kubadilisha Thamani,"** ambayo inakufundisha jinsi ya kuimarisha vipengele dhaifu vya utu wako kwa kutumia nguvu zako.

Mbali na mawazo haya ya msingi, kitabu kinatanguliza mifumo kadhaa muhimu ili kuongeza uelewa wako. The **Wordswitch** huonyesha uwezo wa lugha katika kuunda mtazamo na kuboresha mawasiliano, huku **Suuza Kanuni** inasisitiza michakato ya kusafisha kwa uboreshaji unaoendelea. The **Afya ya Akili Hierarkia ya Mahitaji** hutoa maarifa kuhusu jukumu muhimu la afya ya akili katika maendeleo ya kibinafsi na kitaaluma. Mwishowe, the **Mzunguko wa mauzo** inatoa mwongozo wa kujumuisha akili ya kihisia na utu katika kila hatua ya safari ya mteja, kuhakikisha uzoefu wenye athari na unaovutia zaidi kwa wote wanaohusika.

Kufikia wakati unafika kwenye ukurasa wa mwisho, utakuwa na zana zote ulizo nazo ambazo unahitaji kuruhusu utu wako kuangaza katika kila mwingiliano mmoja. Iwe ni pamoja na wateja wako, wafanyakazi wenzako, au yeyote yule, utaona jinsi utu wako si sifa ya kibinafsi—ni silaha ya siri. Ukiwa na ujuzi huu mfukoni mwako, utajisikia ujasiri na haiba unapozunguka ulimwengu wa huduma kwa wateja, na kuacha hisia ya kudumu kwa yeyote unayekutana naye.

Sura ya 1: Mawasiliano-Wakati Tabia Inahesabiwa (Na Wakati Haifanyiki)

Outcome – Meaning

Story – Context

Segment - Spiritual

Trait – Character

Test – Count

Mawasiliano sio tu kuhusu kile kinachosemwa kwa maneno; ni kuhusu uhusiano. Ni kuhusu jinsi tunavyofanya wengine wahisi, jinsi tunavyokabiliana na shinikizo, na wakati mwingine, jinsi tunavyoitikia makosa yetu. Wakati fulani, tunapokuwa chini ya shinikizo, na kila kitu kinaonekana kuharibika, mara nyingi huwa ni mhusika anayeshinda mpango bora zaidi.

Hili lilidhihirika wazi kwangu siku nilipomfanya Mkurugenzi Mtendaji acheke na kufanikiwa kupata nyongeza katika mchakato huo. Nilikuwa nimesimama mbele ya baraza lililojaa watendaji, huku macho yao yakinitazama. Nilikuwa nimevaa shati langu bora zaidi la kushika vitufe, nywele zangu zikiwa zimechanwa vizuri, na nilikuwa nimefanya mazoezi kwa muda huu takriban mara elfu moja. Mkurugenzi Mtendaji alikuwa ameketi mbele yangu; usemi wake wa baridi wa mawe unaweza kugeuza maji kuwa barafu.

Sasa, wacha turudi nyuma kidogo. Sikupaswa kabisa kuwa katika chumba hiki. Baada ya yote, mimi nilikuwa mhudumu wa mapokezi tu, ndiye niliyepokea simu na kuwasalimia wageni. Lakini kupitia msururu wa matukio ambayo bado yananisumbua kichwa hadi leo, nilikuwa nimealikwa kutoa wazo ambalo nilikuwa nimemtajia meneja wangu. Kitu kinachofuata ninachojua, ninawasilisha wazo hili kwa watoa maamuzi wakuu, watu wanaokula lahajedwali kwa ajili ya kiamsha kinywa na kurushiana maneno kama "harambee" bila kutetereka.

Ingawa nilikuwa na woga, nilijua kwamba nilikuwa na jambo la maana la kushiriki. Niliweza kuhisi ndani ya utumbo wangu kwamba wazo hili lilikuwa na uwezo fulani. Nikishusha pumzi ndefu na kushika kando ya meza ya mkutano, nilianza mada yangu. Mkurugenzi Mtendaji aliketi kando yangu na mikono yake iliyovuka kana kwamba afadhali kuwa mahali pengine popote ulimwenguni.

Mishipa yangu ilikuwa tayari imeharibika; hata hivyo, niliamini katika maandalizi yangu. Hiyo ni mpaka ikawa. Nilipokuwa nikifikia maelezo yangu, kwa sekunde moja, niligonga kikombe kizima cha kahawa kwa kiwiko changu. Kumwagika kungekuwa rahisi sana, lakini hapana, hiki kilikuwa kioevu cha mafuriko-kahawia kikimwagika kwenye karatasi zilizopangwa vizuri, na mbaya zaidi, kilitapakaa kwenye suti ya Mkurugenzi Mtendaji. Moyo wangu ulizama chini kuliko Titanic. Chumba kilikaa kimya, na yote yaliyokuwa yakipita kichwani mwangu yalikuwa hivi. Ninafukuzwa kazi. Sitafanya kazi tena katika mji huu.

Niliganda huku nikitazama doa la kahawa lililokuwa juu ya meza kama ishara ya kutisha. Uso wa Mkurugenzi Mtendaji, ikiwa inawezekana kibinadamu, ukawa mgumu zaidi. Macho yake yalinitundikwa mtini, na nilitazama kila sekunde ikibadilika kuwa umilele.

Sasa, katika hali kama hii, kuna aina mbili za watu. Wale wa kwanza wangeogopa, kuomba msamaha sana, na kujaribu kurekebisha shida huku wakitamani kutoweka. Aina ya pili? Naam, wanaacha utu wao uzungumze. Nashukuru, kwa namna fulani nikawa wa mwisho. Nilimtazama Mkurugenzi Mtendaji, kisha kwa fujo, na bila kufikiria, nikatoka na kusema, "Vema, sasa nadhani hatimaye nina usikivu wa kila mtu." Hiyo ilitosha pause kufikiria tu kwamba mambo hayangeweza kuwa mabaya zaidi.

Lakini Mkurugenzi Mtendaji alianza kucheka. Mwanzoni, ilikuwa ni sauti ya chinichini tu lakini punde ikaibuka kicheko kizima. Chumba kilijiunga. Hata VP mgumu zaidi, ambaye hakuwa ametabasamu kwa miaka ishirini, alitabasamu.

Haikuwa katika kitabu chochote cha kucheza, si katika kitabu chochote cha kudhibiti mgogoro. Lakini mzaha huo mdogo, usemi huo usio na mpangilio, ndio ulioniokoa siku hiyo. Mvutano ulikatika, na ghafla, kila mtu akatulia, pia.

Mkurugenzi Mtendaji, sasa anapuliza kahawa kutoka kwa suti yake, alinitazama kwa kichwa.

"Sawa," alisema, "wacha tuone kile ulicho nacho."

Niliendelea na uwasilishaji, madoa ya kahawa na yote. Licha ya kuanza kwa miamba, kwa kweli ilikwenda vizuri zaidi kuliko ningeweza kufikiria. Mkurugenzi Mtendaji alisikiliza na kuuliza maswali; mwisho, niliweza kusema kwamba alivutiwa. Wiki chache baadaye, sio tu kwamba wazo langu lilitekelezwa, lakini nilipokea nyongeza pia. Sikuokoka tu janga la kahawa; Nilistawi kwa sababu yake.

Somo ambalo limebaki kwangu tangu siku hiyo ni kwamba utu ni rasilimali yako bora linapokuja suala la mawasiliano. Hakika, maandalizi ni mazuri, lakini kuna kitu kuhusu kusoma chumba, kufanya mwanga wa hali mbaya, na kuungana na watu ambao hakuna kiasi cha kufanya mazoezi kinaweza kukufundisha. Haijalishi sana jinsi wasilisho lako lilivyoboreshwa au jinsi sauti inavyoeleweka. Wakati mwingine, ni jinsi tu unavyojibu kwa zisizotarajiwa, jinsi unavyoweza kukaa msingi wakati mambo yanakwenda kando.

Amri Kumi za Mawasiliano (Unaruhusiwa Kuvunja)

Mawasiliano ni zaidi ya maneno yaliyotungwa vyema au mawasilisho ya mjanja. Ni uhalisi, ucheshi, na, wakati mwingine, kuvunja kile kinachoitwa "sheria za mawasiliano." Kwa hivyo, hebu tuangalie amri kumi za mawasiliano ambazo zinaweza kukubadilisha kutoka kwa mtoa huduma asiye na roho hadi mchawi wa charismatic.

1. **Maonyesho ya Kwanza (Kuisuluhisha Bila Kujaribu Kweli)**: Labda umesikia usemi, "Unapata nafasi moja tu ya kuonyesha hisia za kwanza." Kuna kipengele cha ukweli katika hilo, lakini kujaribu sana kutolivuruga kutakuingiza kwenye kufikiria kupita kiasi. Sahau kuhusu pozi za nguvu, kupeana mikono kwa nguvu, na yote yanayozunguka-zunguka kujaribu kuonekana kama mko pamoja. Kilicho muhimu sana ni kuwa mwanadamu.

Fikiria kutembea kwenye mkutano na kichwa cha kitanda na soksi zisizofaa. Kwa kweli, hata hivyo, hiyo sio mvunjaji wa mpango. Watu wanakumbuka utu kuliko polishi. Ujanja ni kuingia kwa kujiamini, kuwa wa kweli, na kwa ishara tu ya kujitambua ili ikiwa mambo yanaenda vibaya, unaweza kuicheka. Ni miale hii ya mazingira magumu, nyakati za kibinadamu, ambazo huacha hisia ya kudumu.

2. **Usikilizaji kwa Makini (Jinsi ya Kuonekana Unavutiwa Wakati Huna):** Tuseme ukweli: sote tumejikuta katikati ya mazungumzo yasiyoisha huku akili zetu zikielea kwenye mipango ya wikendi, mapishi ya chakula cha jioni, au kipindi kipya cha Netflix. Lakini habari njema ni kwamba hauitaji kuhusika kikamilifu na masikio yote kila wakati kuonekana kama msikilizaji mzuri.

Jua ustadi wa kutikisa kichwa kwa wakati unaofaa, kudumisha mtazamo wa macho, na kutupa mara kwa mara "Loo, hiyo inapendeza!" kuweka mtu mwingine kuzungumza. Na unapokuwa na shaka, uliza maswali ya kufuatilia. "Unaweza kuniambia zaidi kuhusu hilo?" au "Ulijisikiaje kuhusu hilo?" inaweza kuokoa maisha wakati ubongo wako umeangalia nje ya mazungumzo.

Bonasi: unaweza kujishangaza na hatimaye kutaka kuendeleza mazungumzo mara tu unapochumbiwa ikiwa yalianza kama tamasha la kusinzia.

3. Lugha ya Mwili (Kusema Mengi Bila Kusema Neno): Kama msemo unavyokwenda, *vitendo huongea zaidi kuliko maneno*; jambo muhimu zaidi katika mawasiliano ni lugha ya mwili. Tunawasiliana zaidi na mkao wetu, ishara, na sura za uso kuliko tunavyojua. Nyusi iliyopangwa vizuri huinua, konda mbele au nod inaweza kuzungumza kwa sauti kubwa, wakati mwingine hata kwa sauti kubwa kuliko maneno yoyote unayosema.

Kuelewa na kuelewa lugha ya mwili kunaweza kuboresha kwa kiasi kikubwa jinsi tunavyoungana na wengine, kuwasilisha kupendezwa, huruma, na kujiamini kwa njia ambazo maneno pekee wakati mwingine hayawezi. Hapa kuna baadhi ya misingi ya lugha ya mwili katika mawasiliano.

Mawasiliano ya Kinetic: Mienendo ya Mwendo

1.Harakati za Mwili

Mkao: Ikiwa mtu amesimama au anakaa na mkao wazi, kwa mfano, na mikono isiyovuka na mabega ya kupumzika, hutoa ujasiri na uwazi. Mkao uliofungwa na mikono iliyovuka na mabega yaliyopigwa inaweza kuonyesha utetezi au usumbufu.

Mwendo: Jinsi tunavyosonga; kutetereka, kusonga mbele, au kusimama tuli ni onyesho la hali yetu ya kihisia. Kwa mfano, kutapatapa kunaonyesha woga. Kinyume chake, mienendo inayodhibitiwa vyema na iliyotungwa huonyesha kujiamini na udhibiti.

Vielelezo vya Uso: Uso wenyewe ni mojawapo ya vyombo muhimu vya kutumia maneno ya hisia. Kwa namna hii, kutabasamu kunaweza kujenga uhusiano na maelewano, lakini kukunja uso kunaweza kuonyesha kwamba kuna jambo la kutatanisha au halikubaliani. Ujuzi wa sura za uso kwa hivyo hutoa kidokezo cha jinsi watu wanavyohisi na jinsi ya kurekebisha mawasiliano yao.

Maneno Madogo: Baadhi ya harakati fupi za uso zisizo za hiari pia zinaweza kuonyesha hisia za kweli. Vidokezo vya usemi huu mdogo vinaweza kutoa mtazamo wazi zaidi wa miitikio na hisia za wengine.

Ishara: Ishara za mkono zinaweza kuboresha mawasiliano kwa kiasi kikubwa, kusaidia kusisitiza pointi na kufanya maudhui yavutie zaidi. Hata hivyo, kufahamu tofauti za kitamaduni katika matumizi ya ishara ni muhimu. Ishara zinazokubalika kikamilifu katika tamaduni moja zinaweza kuchanganya au hata kuudhi katika nyingine. Ili kuepuka kuwasiliana vibaya na kuhakikisha ishara zako zinaeleweka kama inavyokusudiwa, chukua muda wa kujifunza kuhusu kanuni za kitamaduni na ubadilishe ishara zako ipasavyo.

Vipindi vya Kichwa: Vipindi vidogo vya kichwa vinaweza kuonyesha kupendezwa na kupokea. Kwa kawaida huashiria kupendezwa na upokeaji, kuonyesha kwamba umejishughulisha na unachakata kikamilifu taarifa inayoshirikiwa. Kuinamisha kichwa kidogo kunaweza kuonyesha kwamba unasikiliza kwa makini na kuthamini ujumbe wa mzungumzaji, na hivyo kuongeza muunganisho na uelewa wa mazungumzo.

Mawasiliano ya Macho: Kutazamana kwa macho kwa njia inayofaa kunaweza kuzingatiwa kama ishara ya usikivu wa ujasiri na usikivu. Kutazamana kidogo sana kwa macho kunaweza kumfanya mtu mwingine ahisi kuwa unajaribu kutoroka au kumwepuka. Kwa upande mwingine, kuwasiliana sana kwa macho kunaweza kutisha au kustahimili.

Kanuni za Utamaduni: Tamaduni tofauti zina kanuni juu ya vipengele vingine vya kuwasiliana na macho. Kujua tofauti zao kunaweza kuwasaidia kushiriki kwa ufanisi zaidi katika mwingiliano wa kitamaduni.

2. Mawasiliano Yasiyo ya Maneno: Ujumbe Usionyamaza

Mila ya chakula: Tamaduni za chakula hufunua mengi juu ya maadili ya kijamii na kitamaduni. Jinsi chakula kinatibiwa na kushirikiwa kinaweza kuwasiliana vipengele mbalimbali vya mahusiano na mapendeleo ya mtu binafsi. Kwa mfano, kushiriki mlo kunaweza kuonyesha kuwa marafiki au kuaminiwa, huku kula peke yako kunaweza kuonyesha chaguo la kibinafsi au kujitegemea.

Chaguzi za Mavazi: Nguo tunazovaa zinaonyesha hadhi yetu ya kijamii, taaluma na maisha yetu ya kibinafsi. Uvaaji rasmi au usio rasmi, unaofaa bado unaweza kuathiri mapokezi na mwitikio wa mhusika mwingine kwetu.

Maana ya Kijamii na Kiutamaduni (Muktadha wa Kitamaduni): Ishara zisizo za maneno hutofautiana kutoka kwa utamaduni hadi utamaduni. Ufahamu wa kanuni na desturi za mahali hapo unaweza kuzuia mkanganyiko mwingi katika idadi yoyote ya hali za tamaduni.

Nomenclature: Maneno tunayotumia kufafanua lugha ya mwili—kama vile "uthubutu," "imehifadhiwa," au "uchokozi"—huunda mitazamo na majibu yetu kwa ishara zisizo za maneno. Kuwa sahihi na makini katika lugha yetu hutusaidia kuelewa na kufasiri vyema nuances ya lugha ya mwili. Kwa mfano, kutumia vifafanuzi mahususi huturuhusu kutambua tofauti fiche katika mkao au ishara na kujibu ipasavyo katika mwingiliano mbalimbali.

3. Proxemics: Unyeti wa Nafasi

Kanda: Kuna maeneo tofauti (ya karibu, ya kibinafsi, ya kijamii, na ya umma) ambayo yanathibitisha jinsi tunavyoweza kuwa karibu na mtu mwingine. Kuheshimu maeneo haya ni muhimu kwa mwingiliano mzuri na wa heshima.

Kiwango cha Nafasi: Urefu wa nafasi ya kimwili tunayodumisha hukueleza kuhusu viwango vyetu vya starehe na watu na heshima yetu kwa nafasi ya kibinafsi.

Kusimama karibu sana kunaweza kuingilia, lakini kiwango kinachofaa kinazungumza juu ya kujali.

Kujifuatilia: Fuatilia lugha yako ya mwili kila wakati ili kuona jinsi wengine wangeiona. Badilisha mawasiliano yako yasiyo ya maneno ili sanjari na ujumbe wako wa maneno ili usisahau chochote muhimu.

4. Uelewa kwa Vitendo (Kuhisi Maumivu Yao Bila Kuhitaji Tiba)

Uelewa ni kama mchuzi wa siri wa mawasiliano: hoja moja, na ghafla, unajikuta kwenye ukurasa huo huo. Kukamata ni kwamba si lazima kuwa sifongo cha kihisia, kuimarisha matatizo ya kila mtu, ili uweze kuunganisha kwa kiwango cha juu. Yote ni juu ya kupata mahali pazuri kati ya huruma na nafasi ya kibinafsi.

Wakati mtu anashiriki kitu kizito, usiruhusu hamu ya kumwaga sauti tupu au kugonga "Kule, kule" kwa mgongo. Badala yake, kubali hisia zao. Kwa urahisi, "Hiyo inaonekana kuwa ngumu sana. Niko hapa ikiwa ungependa kuizungumzia" huenda kwa muda mrefu sana. Huna wajibu wa kutatua matatizo yao; wakati mwingine, watu wanahitaji tu mtu wa kuwasikia.

5. Uwazi ni Mfalme (Kukata Kupitia Jargon Jungle)

Je, umewahi kuketi katika mkutano ambapo watu walizunguka-zunguka maneno kama vile "harambee," "zungusha nyuma," na "kupiga chini" hadi ukataka kupiga mayowe? Ndio, sote tumefika. Mawasiliano sio kuonyesha ni maneno mangapi unayoyajua; ni juu ya kuhakikisha kuwa ujumbe wako unapatikana kwa uwazi.

Fanya mawazo ya kiakili sana kuwa matumizi rahisi iwezekanavyo. Ikiwa unaweza kumwambia mtoto wa miaka mitano, hauko mbali. Uwazi ni mfalme, na watu husikiliza kwa uwazi zaidi unapozungumza kwa uwazi.

6. Kubadilika (Kuwa Kinyonga kwa Lugha)

Ni ulimwengu uleule wa zamani; unahitaji tu kuonekana kuwa mjuzi, ukibadilika kwa urahisi kati ya jargon ya chumba cha mkutano na kupiga kelele bila kupumzika kwa shida. Ni lazima ufurahie kujadili KPIs na bosi wako kwa urahisi kama vile ungezungumza kuhusu mipango ya wikendi kwenye kipozezi cha maji.

Kinyonga wa lugha anamaanisha kusoma umati na kupata sauti yako. Maneno kama vile "thingamajig" au "whatchamacalit" yanaweza pia kutumiwa kitaalamu ikiwa ndivyo hali inavyotaka. Ucheshi kidogo na kutokuwa rasmi kunaweza kusaidia sana katika kujenga maelewano.

7. Utatuzi wa Migogoro: Kutoka "Umekosea" hadi "Uko Sahihi, lakini."

Utatuzi wa migogoro ni juu ya kufikia kwa busara kwenye hitimisho lililokubaliwa. Mara nyingi, inahitajika kubadili kutoka kwa madai ya "Umekosea" hadi maelezo ya "Uko sahihi, lakini."

Iwe ni kwa uchumba, ndoa, au uchumba tu, bila shaka mzozo utatokea. Walakini, haihusu jinsi ya kuziepuka lakini kujadili kutokubaliana kwa faini. Badala ya kusema moja kwa moja, "Umekosea," jaribu kupunguza sauti kwa maneno kama, "Uko sahihi, lakini hapa kuna mtazamo mwingine."

Hii inaunda sio tu nafasi yenye mvutano lakini pia hutoa jukwaa la mazungumzo yenye kujenga. Uchawi wa kweli, basi, ni katika kugeuza mwito huu kuwa mazungumzo yenye tija ambapo pande zote mbili huondoka baada ya kusikika sauti zao.

8. Diplomasia ya Kidijitali (Kuingiza Nafsi kwenye Barua pepe Zako)

Kuna kitu kibaya kuhusu jinsi barua-pepe huondoa joto na utu kutoka kwa mawasiliano, kwa hivyo hata maelezo ya kirafiki yanasikika baridi na ya mbao. Lakini si lazima iwe hivi. Ongeza hisia kidogo kwenye barua pepe hizo zenye miguso ya kibinafsi—salamu ya uchangamfu, ucheshi fulani, au neno la mshangao lililowekwa wakati hufaa.

Na kwa upendo wa vitu vyote kitakatifu, epuka "jibu lote" la kuogofya kwa gharama yoyote isipokuwa lazima kabisa. Barua pepe iliyotengenezwa vizuri yenye utu kidogo inaweza kuleta hisia ya kudumu, hata katika enzi ya kidijitali.

9. Kusimulia Hadithi (Kuvutia Hadhira Bila Kujihusisha na Ngoma ya Kufasiri):

Ukweli na takwimu zinaweza kusaidia, lakini hadithi huvutia moyo; iwe ni kutoa wazo kwa mteja wako au kumshawishi bosi wako kwamba unahitaji siku hiyo moja ya ziada ya kupumzika, kujumuisha simulizi katikati ya mawasiliano yako huifanya iaminike zaidi, ikumbukwe na kufurahisha zaidi kuisikiliza.

Si lazima mtu atengeneze hadithi ya kusisimua au tukio ili kuwafanya watazamaji watake kukusikia ukizungumza. Wakati mwingine, hadithi rahisi, kama kumwaga kahawa kwa Mkurugenzi Mtendaji, inaweza kufanya ujanja. Hakikisha tu kwamba hadithi yako ina hoja wazi na inaelekeza hoja yako nyumbani.

10. Maoni Finesse: Sanaa ya Ukosoaji Unaojenga (Bila Kuponda Nafsi)

Watu hawapendi kuambiwa kwamba wanafanya kitu kibaya, lakini ukosoaji wenye kujenga ni moja ya mambo bora ambayo yanaweza kutokea kwao. Ni suala la kuwasilisha ujumbe kwa namna ambayo mtu hataki kutambaa chini ya mwamba.

Kisha, bila shaka, kuna "sandwich ya maoni" ya zamani, ambayo inamaanisha tu kuweka ukosoaji wako kati ya vipande viwili vya sifa. Anza kwa maoni chanya, toa ukosoaji wako mbele kwa njia ya upole, kisha maliza kwa dokezo lingine chanya. Ukifanya vizuri, watu watakushukuru kwa kuonyesha udhaifu wao.

11. Nguvu ya Kuthamini katika Mawasiliano

Kuthamini ni mojawapo ya zana za hila lakini muhimu katika mawasiliano na huanzisha muunganisho, uaminifu, na ushirikiano. Kadiri watu wanaothaminiwa na wanaotambulika wanavyohisi, ndivyo wanavyokuwa wazi zaidi, wanaohusika, na kuhamasishwa zaidi kuingiliana. Kushukuru kwa dhati kwa juhudi za mwenzako, usaidizi wa rafiki, au imani ya mteja huimarisha na huongeza uzoefu wa jumla wa mawasiliano.

"Asante" rahisi au kukiri juhudi za mtu fulani kunaweza kuwa na athari kubwa, kuwafanya wengine wajisikie kuwa wanathaminiwa na kusikilizwa na mara nyingi kuwa muhimu katika kujenga miunganisho chanya. Kuthamini katika mazungumzo ya kila siku kutasaidia kuunda mazingira chanya ambayo yanakuza kuheshimiana na nia njema na kufanya mabadilishano yenye maana zaidi na yenye tija.

12. Wajibu Kwa Kuthamini

Ingawa uthamini ni muhimu, vivyo hivyo mzigo wake wa kuwa wa kweli na wa kufaa. Sifa tupu au iliyotiwa chumvi huelekea kulipua usoni mwako kama isiyo na kina au ya ujanja. Kuna jukumu la shukrani ya kweli: kuchukua wakati wa kuona na kukiri ni nini na nani anastahili kuzingatiwa. Inajumuisha pia usawa wa sifa pamoja na ukosoaji unaojenga, ikihitajika, ili hitaji la ukuaji au uboreshaji lisifunika kukiri huko. Hiyo ni kusema, inapofanywa kwa uangalifu, shukrani husaidia kujenga miunganisho na kuwatia moyo wengine kufikia bora zaidi. Inaunda usaidizi wakati wa kuweka uaminifu na uadilifu katika mawasiliano.

"Basi Nini?" Hitimisho: Kwa nini Ujuzi wa Kijamii ni Nguvu Yako ya Kazi

Kwa hivyo, kwa nini unapaswa kujua stadi hizi za mawasiliano? Kwa kifupi, mawasiliano madhubuti hubadilisha sana maisha yako ya kibinafsi na kitaaluma kuwa bora. Hiyo ni kweli kwa sababu unapoweza kujenga hisia nzuri za kwanza, kusikiliza vizuri, na kutumia uwezo wa lugha ya mwili, mahusiano huwa na nguvu zaidi, na matazamio ya kazi huvutia zaidi. Ujuzi huu hukusaidia kukabiliana na hali zisizo za kawaida kwa heshima na ucheshi kuelekea kazi na maisha yenye kuridhisha na yenye mafanikio.

Mawasiliano bora yanaweza kuwa mlango wa fursa mpya na kuimarisha timu bora zaidi, hata kubadilisha mzozo kuwa mazungumzo yenye tija. Inakusaidia kuungana na watu kwa kiwango cha juu zaidi, na kukufanya ukumbukwe zaidi na wenye athari kwa kila mkutano.

Kona ya CAMPY: Kukumbatia Kipepeo Wako wa Ndani wa Kijamii (Au Kiwavi Mchangamfu)

Sisi sote tunachanganya wakati mwingine katika mawasiliano. Badala ya kuikimbia, isherehekee. Unamiliki mwasilishaji machachari uliyenaye, iwe wewe ni kipepeo wa kijamii au kiwavi asiyefaa. Wakati mwingine, miunganisho bora huja kwa kuwa mwanadamu asiyetubu. Shiriki mabaya yako na ujifunze kutoka kwao. Baada ya yote, nyakati hizi za kutokamilika ni baadhi ya kukumbukwa zaidi, sivyo?

Fikiria juu yake, ingawa: aibu unayoona mara nyingi ni sawa na aibu ambayo wengine wamepitia, na unapojicheka mwenyewe, unamruhusu mshirika wa mazungumzo nafasi ya kushiriki uzoefu na wewe kupitia njia ya kujenga urafiki. Unajifanya kuwa mtu wa kueleweka zaidi na anayeweza kufikiwa kwa kulaumiwa kwa hitilafu za mawasiliano.

Google Duel: "Hey Google, Je, Nitapataje Marafiki Kazini? Hapana, Sitaki Kujiunga na Ibada!"

Je, umewahi kuuliza Google kufafanua "mawasiliano bora" na ukapata jibu ambalo lilihisi baridi zaidi kuliko kusalimiana kwa mkono na roboti? Ni kama kuomba kukumbatia mashine ya kuuza; unaweza kupata vitafunio, lakini hupati joto lolote. Hiyo ndiyo sura hii inahusu kwamba: hakuna injini ya utafutaji inayoweza kuchukua nafasi ya sanaa mbaya, nzuri ya mazungumzo halisi ya kibinadamu. Algorithms na AI zinaweza kufafanua na kupendekeza, lakini hazifikiri ujanja na ugumu wa mwingiliano wa mwanadamu katika uzuri wake wote. Kuwa na matokeo si suala la kubadilisha kanuni au kifungu kimoja na kingine. Ni kuelewa na kuguswa na hila za uhusiano wa kibinadamu.

Kushinda mabishano na wasaidizi wa kidijitali kunaweza kuwa changamoto. Utaona kwa haraka kwamba wakati AI inatoa taarifa, haiwezi kuchukua nafasi ya kina cha mwingiliano wa kibinadamu unaohitajika kwa mazungumzo yenye ufanisi. Hata kama kushinda mabishano sio kawaida, kujifunza kuamini angavu yako juu ya majibu yaliyopangwa ni muhimu sana.

Vipengele vya Mfumo

Dhana ya Onyesho la Maongezi ya Mchakato unaoonekana

Mazungumzo ya mchakato unaoonekana huonyesha kwa ubunifu kuwasiliana mawazo kwa kuyagawanya katika hatua rahisi, zinazoweza kutekelezeka kupitia mazungumzo ya kushirikisha. Muundo huu unahimiza mazungumzo na ushiriki, kwa kutumia hadithi, mifano, na maonyesho kuangazia mambo muhimu. Hufanya mawasiliano kuwa ya kushikana zaidi na kuhusianishwa na hadhira, inawafanya washiriki kikamilifu na kuhakikisha wanaondoka wakiwa na uelewa mzuri. Lengo ni kwa kila mjadala kutoa mambo ya kuchukua ambayo watazamaji wanaweza kutumia mara moja katika maisha yao.

Mbinu inayolenga Mtu na Kijaribio

Mfumo huu unategemea maisha halisi ya watu na uzoefu wao halisi, kwa kutumia data na uchunguzi kuunda mbinu ya mawasiliano. Ni njia ambayo inalenga zaidi kuweka maingiliano yako kwa mtu binafsi au kikundi unachowasiliana nacho, kumaanisha kwamba ungezingatia mtazamo wa kila mmoja au, angalau, mahitaji na mapendeleo. Tukiachana na nadharia au dhana tupu, mbinu hiyo inatokana na mbinu inayoegemezwa kwa ushahidi inayotumiwa katika utafiti wa saikolojia, sosholojia na masomo ya mawasiliano ili kuhakikisha kwamba mawasiliano yanategemea kile kinachofanya kazi kivitendo. Hii inamaanisha kuwa kuzingatia mtu husaidia kujenga vifungo vyenye nguvu zaidi huku msingi wa majaribio unahakikisha kuwa mikakati inayotumika ni nzuri na inaleta matokeo.

Mtihani wa Kurudia

Kuchunguza Maeneo Kumi ya Kujaribu Usahihi

Jaribio la Reciprocate huchunguza usawa wa kutoa na kuchukua katika mahusiano ya kibinafsi na ya kitaaluma. Inaweza kuwa zana yenye nguvu sana katika suala hili. Jaribio hili la kumi hutathmini maeneo kumi muhimu ambayo huruhusu usawa na usawa ili kutambua kama mwingiliano ni wa kusaidiana au wa upande mmoja.

Maeneo haya kumi ni:

1. Msaada wa kihisia
2. Juhudi
3. Muda
4. Mawasiliano
5. Amini
6. Heshima
7. Uaminifu
8. Ukarimu
9. Maoni
10. Malengo ya pamoja

Hizi huwawezesha kuamua ikiwa wanatoa nyingi sana au kidogo sana na ikiwa mtu mwingine atalipa kulingana na thamani. Jaribio linaweza kutumika kutambua ni nini kinachoweza kuleta usawa na jinsi usawa huo unaweza kusawazishwa ili kufikia uwiano mzuri zaidi, uhusiano mzuri ambapo watu wawili wanahisi kuthaminiwa na kuungwa mkono.

Wordswitch: Kubadilisha Mawasiliano kwa Uwajibikaji

Kubadili lugha ya uwajibikaji kunaweza kusaidia kuondoa lawama na malalamiko huku kukikuza mazungumzo yenye kujenga. Hapa kuna jedwali la kukuongoza katika kufanya mabadiliko haya.

Ondoa	**Ongeza**
Jaribu	Fanya niwezavyo
Wewe	I
Je!	Inaweza
Lakini	Na/au hata hivyo
sijui	Sababu moja kwa nini
Haiwezi	Sitafanya
Kamwe	0
Daima	0

Kufikia wakati unapojua amri hizi kumi na kujua wakati wa kuzivunja, utakuwa nguvu katika mawasiliano. Utaweza kuwavutia Wakurugenzi Wakuu, kushinda wateja, na kuabiri mazungumzo ya hila kana kwamba ni jambo rahisi zaidi duniani. Lakini zaidi ya hayo, utajua utu ni mali yako kuu.

Katika sura hii, tumeona kwa nini utu ni muhimu katika mawasiliano, ujuzi wa kuboresha mwingiliano, na thamani ya kukumbatia mafanikio na kushindwa katika safari yetu ya mawasiliano. Kumbuka, tabia yako na muunganisho wa kweli ndivyo vinakufanya uonekane. Boresha sifa hizi ili uwe mwasilianaji bora ambaye anaelewa maoni yake na kuacha urithi wa kudumu.

Sura ya 2: Kufanya kazi nyingi-Kugeuza Misumari Inayowaka (Kuzungumza kwa Kisitiari)

Outcome – Ethic
Story – Personal
Segment – Influence
Trait – Chemistry
Test – Resolute
DFY – Name attributes

Kufanya kazi nyingi mara nyingi huonekana kama nguvu kuu ya kisasa. Ni aina ya ustadi ambao wengi wanaamini kuwa unachanganya matakwa ya ratiba yenye wasiwasi. Walakini, kwa upande mwingine, inaweza pia kuwa kichocheo cha maafa. Kadiri tunavyojaribu kugeuza kila kitu kwa wakati mmoja, ndivyo uwezekano wa kitu kwenda kombo huongezeka. Watu wengi hujivunia uwezo wao wa kufanya kazi nyingi kwa urahisi, lakini ukweli ni kwamba kufanya kazi nyingi kunaweza kusababisha makosa kwa urahisi—baadhi madogo, mengine ya kuhuzunisha kweli, na nilijifunza somo hili kwa bidii.

Ilikuwa ni aina ya siku ambapo kila kitu ambacho kinaweza kwenda vibaya kilifanya. Nilikuwa ofisini, nikipitia mambo kadhaa tofauti mara moja. Nilikuwa nikifunga makaratasi ya ibada ya mazishi na kuweka pamoja maelezo ya sherehe ya kuzaliwa kwa mtoto. Simu iliendelea kuita, barua pepe zilitumwa, na tarehe za mwisho zilikuwa juu ya kichwa changu kama mawingu meusi. Sikuzote nimejivunia kuwa na mpangilio, lakini hata mipango iliyowekwa vizuri wakati mwingine huharibika.

Katikati ya hullabaloo zote, kwa namna fulani niliishia kuchukua simu kufanya mpango wa mazishi huku nikijibu swali la karamu ya watoto. Kwa namna fulani, katika shauku ya kufanya yote mawili kwa wakati mmoja, mambo yalivuka kwenye waya. Bila kukusudia, nilithibitisha kutengwa kwa mtumbuizaji wa watoto—mcheshi—ili atumbuize kwenye mazishi.

Sikuwa nimeelewa hadi asubuhi ya mazishi hayo wakati mwigizaji aliyevalia mavazi ya rangi aliingia kwenye tukio la huzuni wakati wa utulivu wakati waombolezaji wote walipokuwa wakiingia mahali pake. Alikuwa amevaa viatu vyake vya kuteleza na tabasamu la rangi. Chumba kilisimama, na macho yote yalinitazama kwa mshangao. Moyo wangu ulishituka nilipogundua kilichokuwa kikiendelea.

Ilikuwa ya kufadhaisha, lakini mcheshi huyo alikuwa mtaalamu sana. Haraka aligundua kuwa kuna kitu kibaya na haraka akatoka nje ya eneo hilo. Ingawa amechanganyikiwa, mcheshi huyo ni mtaalamu sana. Na haraka akagundua kuwa kuna kitu kibaya na haraka akatoka eneo la tukio. Kwa bahati nzuri, familia hiyo, ingawa ilichanganyikiwa kiasi, hatimaye iliweza kutafuta njia ya kuicheka baadaye.

Maafa ya siku hiyo yalikuwa wakati muhimu kwangu. Ilinilazimu kutathmini upya jinsi nilivyosimamia kazi nyingi na mahitaji ya mteja. Mchanganyiko huo, wakati wa aibu, ulinifundisha somo muhimu: haijalishi ni shinikizo ngapi uko chini, kuzingatia ni muhimu. Kuanzia siku hiyo na kuendelea, sikujaribu tena kushughulikia kazi mbili tofauti kwa wakati mmoja bila kutoa kila uangalifu kamili unaostahili.

Amri Kumi za Kufanya Mengi (Kwa Wakati Unatarajiwa Kuwa Na Mikono Nane)

Kufanya kazi nyingi kunaweza kuhisi kama kuwa kwenye kamba, kutembea juu juu ya uwanja wa sarakasi, kuzunguka kila kitu kwa wakati mmoja, ikiwa ni pamoja na makataa yanayokuja na migogoro ya ghafla. Lakini usikate tamaa; "Amri Kumi za Kufanya Mengi" zitakupa ujuzi, mbinu, na mtazamo unaohitaji ili kuishi hata katika hali zenye shughuli nyingi. Je, uko tayari kuwa mtaalamu wa kufanya kazi nyingi badala ya kufanya kazi nyingi zenye mkazo? Hebu tuanze.

1. **Uwekaji Kipaumbele Parkour: Kuruka Juu ya Udharura wa Kutua kwa Umuhimu:** Sanaa ya kuweka vipaumbele iko katika sayansi ya kufanya kazi nyingi. Ni mayowe gani ya kutaka usikilize huenda yasiwe kazi muhimu zaidi, lakini vipaumbele vyako vya juu vinaweza kuzama kwa urahisi katika machafuko. Fikiria kama

parkour; unaruka juu ya vikengeushio (majukumu ya dharura lakini yasiyo muhimu) na kutua kwa umaridadi mahali panapofaa.

Kwa kidokezo: Tengeneza "Matrix ya Kipaumbele" na Ugawanye Kazi Zako Katika Robo Nne

Haraka na muhimu (kipaumbele cha juu)

Sio haraka lakini muhimu (mkakati)

Haraka lakini sio muhimu (mjumbe)

Sio haraka na sio muhimu (iondoe).

Kupanga majukumu yako kwa njia hii hukuruhusu kuzingatia yale muhimu badala ya kile kinachopiga kelele kwa umakini wako.

2. Mbinu ya Pomodoro yenye Kick: Kukimbia kwa Majukumu Bila Kukamatwa kwa Moyo: Wakati eneo lako la kazi linapoanza kujisikia kama sarakasi ya pete tatu, unaweza kuhitaji Mbinu ya Pomodoro. Inahusisha kufanya kazi katika sprints zilizolenga za dakika 25, ikifuatiwa na mapumziko mafupi. Msururu huu wa matokeo mafupi ya tija hukuruhusu kushughulikia miradi mikubwa kipande kwa kipande bila uchovu.

Ili kuongeza changamoto kidogo, changanya mbio za Pomodoro na vipaumbele. Maliza majukumu yako yote yaliyopewa kipaumbele kwanza na kisha uondoe mengine. Utakuwa ukikaa na tija bila kuhisi kuwa uko kwenye hatihati ya kuvunjika.

3. Utawala wa Uwakilishi: Kupitisha Malipo Bila Kupitisha Lawama: Uteuzi ni silaha hiyo ya siri kwa wanaofanya kazi nyingi, ingawa mara nyingi huja na hatia au hofu ya kupoteza udhibiti. Jambo la msingi? Ukaushaji unaofaa ni wakati unapitisha majukumu kwa wengine huku bado unawajibika kwa matokeo ya mwisho.

Hivi ndivyo jinsi: Vunja kazi vipande vipande na uwape ipasavyo, kulingana na uwezo wa kila mtu. Uteuzi wa fremu kama fursa inayofafanua jinsi kazi hii inavyomfaidi mwenzako au timu. Ustadi wa kukabidhi madaraka sio juu ya kuondoa vitu kwenye sahani yako lakini kuwapa wengine nafasi ya kuangaza huku ukilenga umakini.

4. Kubadilisha Muktadha Bila Kuanguka kwa Ubongo: Kubadilisha kati ya kazi, haswa ikiwa hazijasimamiwa vizuri, kunaweza kusababisha uchovu wa kiakili na uzembe. Kuruka mara kwa mara kati ya kazi zisizohusiana hutawanya umakini na kuondoa nishati.

Ujanja muhimu ni kuunda alamisho za kiakili. Kila mara unapobadilisha kati ya majukumu, chukua muda kuandika mahali ulipo na nini kifanyike baadaye. Kurudi kwenye kazi ya awali itakuhakikishia kwamba hutapoteza muda kukumbuka ulichokuwa ukifanya na kwamba unaweza kuendelea pale ulipoishia.

5. Udanganyifu wa Uzalishaji: Kuwapumbaza Wengine (na Wewe Mwenyewe) Kufikiria Wewe ni Mwanadamu Mkuu: Udanganyifu wa tija ni mkabala unaohusisha juhudi za werevu na za kimkakati badala ya saa ndefu za kazi. Inalenga kutoa kiwango cha juu zaidi katika muda mfupi na, wakati huo huo, kuonekana kana kwamba uko juu ya mambo kila wakati.

Jifunze kuzingatia kazi hizo zinazoonekana na zenye athari mapema mchana, na kuunda udanganyifu huo wa tija. Kupanga barua pepe muhimu, kushiriki masasisho, au kufikia hatua ndogo ndogo hufanya ionekane kama uko kila mahali mara moja wakati haya yote yanatokea ukiwa umetulia na kudhibiti nishati yako kwa ufanisi. Yote ni juu ya kufanya juhudi zako zionekane kuwa ngumu.

6. **Tetris ya Kiteknolojia: Kuweka Programu na Zana bila Kuzidisha Zaidi:** Kwa kuwa na programu na zana nyingi zinazoshindana kukuvutia, kupotea katika arifa na dashibodi ni rahisi. Jambo kuu ni kukaribia zana zako za tija kama Tetris—kuweka kwa uangalifu kile kinacholingana kikamilifu na utendakazi wako.

Zuia hamu ya kupakua kila programu inayovutia macho yako. Badala yake, boresha zana yako ya zana. Unganisha zana chache zinazosaidiana, kama vile Trello kwa usimamizi wa kazi, Slack kwa mawasiliano, na kalenda rahisi ya kuratibu. Unataka zana ambazo zitafanya kazi kwako, sio kuzama kwenye data.

7. **Sanaa ya Kusema Hapana: Kupunguza Kazi Bila Kupunguza Kazi Yako:** Kusema hapana ni sanaa au angalau ujuzi muhimu, hasa wakati wa kufanya kazi nyingi. Walakini, kusema hapana kwa kazi moja kila wakati huhisi kama kujadili uwanja wa migodi. Ni rahisi sana kuwaudhi watu wakati unakataa kazi nyingi. Lakini kwa upande

mwingine, kukubali kupita kiasi kunaweza kusababisha uchovu.

Jifunze kusema hapana kwa ufanisi: "Ubora, sio wingi." "Ningependa kuchangia kwa hili, lakini kwa sasa, ninalenga (mradi wa kipaumbele). Je, tunaweza kurejea hili baadaye?"

Hii inaonyesha kwamba unatambua kazi zako, unazingatia zile muhimu, na unatoa matokeo yenye athari ya juu-lakini wewe si mzembe.

8. **Umakini wa Kufanya Mengi: Kuwepo Katika Akili Yako Hata Wakati Ni Mahali Pengine:** Mtu anaweza kusema kwamba kukaa sasa katika machafuko ya multitasking haiwezekani. Lakini umakini wa uangalifu hufanya tofauti zote. Inaweza kuongeza umakini wako na kupunguza mkazo.

Lakini unawezaje kufanya hivyo? Pamoja na kutafakari ndogo. Kwa mfano, kati ya kazi, pumua kwa kina, futa akili yako kwa sekunde 30, na uweke upya mwelekeo wako. Kupata zen katikati ya siku yenye shughuli nyingi kunaweza kuzuia uchovu na kuboresha ufanisi wako kwa ujumla.

9. **Mazungumzo ya Mgogoro: Kushughulikia Moto Nyingi Bila Kuungua:** Wakati fulani, inaweza kuhisi kama ulimwengu una njama ya kutupa majanga yako yote mara moja. Lakini unachohitaji kufanya ni kukaa tulivu na kudhibiti changamoto hizi kwa wakati mmoja.

Anza na triage: Ni moto gani mkubwa zaidi? Tatua tatizo muhimu zaidi mbele yako, lakini weka jicho kwenye ndogo kwenye mstari wako wa kuona. Gawanya kila shida katika hatua ndogo, zinazoweza kudhibitiwa ili usije ukazama na jinsi hali ilivyo kubwa.

Kumbuka: Maendeleo yoyote madogo bado ni maendeleo.

10. Nadharia Iliyounganishwa ya Kukamilisha Kazi: Kufunga Kila Kitu Pamoja Bila Kujifunga Katika Vifundo: Kufanya kazi nyingi mara nyingi kunaweza kuonekana kama mchezo wa bati zinazosokota, lakini watu wengi wanaofaa kufanya kazi nyingi huelewa jinsi ya kuunganisha kazi tofauti kwenye mtiririko wa kazi unaoshikamana. Ujanja upo katika kutafuta nyuzi za kawaida zinazoruhusu kazi kukamilishana badala ya kushindana.

Kwa mfano, kupanga kazi zinazofanana, kama vile kupiga simu au barua pepe za kuitikiwa, kunaweza kukuruhusu kuzipitia kwa haraka zaidi na bila kulazimika kubadili kila mara muktadha. Tambua mahali ambapo kazi zinapishana na ufanye kazi ili kuunda mtiririko wa kazi unaochukua fursa ya kasi. Matokeo? Utaleta mpangilio kwenye machafuko na kujisikia kuridhika unaposhughulikia kila kitu vizuri.

Kufanya kazi nyingi sio lazima kuwa na machafuko. Kufuata Amri hizi Kumi za Kufanya kazi nyingi kunaweza kubadilisha mzigo wako mkubwa wa kazi kuwa uzoefu unaoweza kudhibitiwa na wa kujiamini. Iwe unatanguliza majukumu, unashiriki mbio zinazolenga, au unatoa majukumu kwa ufanisi, amri hizi hutoa ramani ya kushughulikia majukumu yako bila kuangusha mpira.

Sifa 13 za Tofauti

Katika mazingira ya kufanya kazi nyingi, ni muhimu kuelewa sifa zinazoonekana ambazo huathiri mwingiliano wa binadamu na uzoefu ili kukuza uhusiano wa kina na maendeleo ya kibinafsi. Sifa mbalimbali zinazoathiri jinsi watu wanavyojiona na kuingiliana na wengine zimejumuishwa katika sifa hizi.

Zifuatazo ni sifa 13 muhimu zinazoweza kuimarisha mawasiliano, ushirikiano, na ufanisi wa jumla katika nyanja mbalimbali za maisha:

1. **Kujitolea:** Utayari wa kuchukua hatua au kushiriki katika kazi bila kusita, kuonyesha shauku au utayari wa kufanya jambo fulani.
2. **Hisia:** Majibu ya kisilika na angavu yanayoonyesha hisia za ndani za mtu, mara nyingi yanaathiri ufanyaji maamuzi na mwingiliano.
3. **Uwezekano:** Uwezo wa asili au uwezo wa kukua, kufikia, au kufaulu katika juhudi mbalimbali, hata kama bado haujatimizwa kikamilifu.
4. **Ripoti:** Uhusiano unaojengwa juu ya kuheshimiana na kuelewana, kukuza uaminifu na mawasiliano ya wazi kati ya watu binafsi.
5. **Kemia:** Mwingiliano changamano au muunganisho kati ya watu, unaoakisi mshikamano wao wa asili na ushirikiano wenye usawa.

6. **Maudhui ya Asili:** Matukio ya kimwili yanayoonekana na yanayoweza kupimika duniani yanayojumuisha mazingira asilia na sifa asilia.
7. **Ubaguzi:** Uwezo wa kutofautisha kati ya vipengele tofauti, kufanya hukumu au maamuzi kulingana na tofauti zilizoonekana.
8. **Vichekesho:** Uwezo wa kupata na kueleza ucheshi katika hali, mara nyingi kupitia uchezaji wa maneno au maarifa ya kufurahisha katika maisha ya kila siku.
9. **Tabia:** Seti ya sifa za kiakili na maadili ambazo hufafanua mfumo wa maadili wa mtu, kuongoza tabia na maamuzi yao.
10. **Haiba:** Sifa na tabia bainifu zinazomfanya mtu kuwa wa kipekee, zikiunda jinsi anavyoingiliana na ulimwengu.
11. **Akili:** Kitivo cha akili kinachowezesha kufikiri, kutatua matatizo, kujifunza, na kuzoea hali mpya.
12. **Dhamiri:** Sauti ya ndani inayoongoza uamuzi wa kiadili, ikisaidia mtu kupambanua mema na mabaya kulingana na maadili ya kibinafsi.
13. **Vichochezi: vya nje** vichocheo vinavyosababisha mwitikio wa kiotomatiki au mwitikio wa kihisia, mara nyingi unaohusishwa na uzoefu au hisia za zamani.

Sifa hizi zinazotambulika huongeza mwingiliano wetu wa kibinafsi na kitaaluma na hutuwezesha kuabiri matatizo ya kufanya kazi nyingi kwa ufanisi na uelewaji zaidi.

Nguvu ya Kutaja Sifa

Ili kujielewa na jinsi tunavyoshirikiana na wengine, kutaja sifa ni muhimu. Kwa kutambua na kuainisha sifa hizi, tunaanzisha mfumo unaokuza kujitambua na maendeleo ya mtu binafsi. Mbali na kukuza mawasiliano yaliyoboreshwa, mchakato huu unawezesha uchanganuzi wa kina zaidi wa faida na hasara zetu, ambao husaidia katika kuweka kipaumbele kwa kazi na usimamizi wa nishati.

Hapa kuna faida kuu za kutaja sifa:

Husaidia Kutoa Lugha: Kutaja sifa hutupatia maneno tunayohitaji kueleza na kuelewa vyema sifa zetu na za wengine, na hivyo kukuza mawasiliano yaliyo wazi zaidi.

Andika Sifa Zao: Mara tu watu wanapoweza kutambua sifa zao, wanafahamu zaidi uwezo na udhaifu wao na, katika mchakato huu, wanakuwa na uhalisi zaidi au ukuaji wa kibinafsi.

Nafasi ya Mkwaruzo: Ufafanuzi wa sifa huunda nafasi akilini kwa ajili ya kutafakari ambapo tunaweza kuandika na kujaribu jinsi tunavyojiona sisi wenyewe na wengine.

Nguvu ya Kutabiri: Kutambua sifa ndani yetu na kwa watu wengine huruhusu kutabiri vitendo au majibu yajayo yatakayotokana na mifumo hiyo.

Vikundi Vinavyohusiana: Tunaweza kutambua jinsi sifa tofauti zinavyofanya kazi pamoja ili kuunda makundi ambayo yanafafanua utu na tabia zetu.

Matoleo Madogo Yetu: Sifa hizi zilizotajwa hufanya kazi kama uwakilishi uliorahisishwa wa nafsi zetu zote, huturuhusu kufanya haiba changamano iwe rahisi kuelewa.

Mawazo na hisia: Sifa za kutaja hutuwezesha kueleza mawazo na hisia zetu, na hivyo kupata kujielewa vizuri zaidi na kudhibiti hali zetu za kihisia na kiakili.

Chini ya Dichotomy: Badala ya sifa kuwa nyeusi au nyeupe, kuzitaja huleta uelewa wa hila zaidi juu yetu wenyewe na kufunua wigo wetu wa sifa.

Kwa kutambua na kutaja sifa hizi, tunajipa uwezo wa kuabiri matatizo yetu na kuboresha mwingiliano wetu, hatimaye kukuza ukuaji wa kibinafsi na kitaaluma.

"Basi Nini?" Hitimisho: Kwa Nini Kusimamia Mambo Mengi (Ingawa Haiwezekani)

Kuwa na uwezo wa kufanya kazi nyingi, jambo ambalo kiufundi haliwezekani, bado ni muhimu ili kuishi katika ulimwengu wa sasa wenye machafuko unaoendelea. Inaonyesha kwamba mtu anaweza kudhibiti utata na shinikizo bila kukosa. Uwezo wa kushughulikia kazi, au angalau kuonekana kufanya hivyo, unahusishwa sana na mafanikio ya kazi. Ikifanywa vyema, kufanya kazi nyingi kunaweza kufanya kuridhika kwa wateja kuongezeka kwa sababu hakuna kitu kinachoingia kwenye nyufa, bila kujali ni njia gani mahitaji yanakuja.

Muhimu zaidi, udanganyifu wa kufanya kazi nyingi—sanaa ya kudhibiti vipaumbele, kuwakabidhi wengine madaraka, na kuwa na mpangilio—unaweza kuhifadhi akili yako timamu. Unapounda mwonekano wa kuwa kila mahali mara moja, unawadanganya wengine na wewe mwenyewe, na kuingiza hisia ya udhibiti katika mazingira mengine makubwa.

Hatimaye, si kuhusu hali halisi ya kufanya kila kitu mara moja lakini zaidi kuhusu kusimamia muda na kazi kwa njia ambayo inakuweka mbele. Inapofanywa kwa ustadi, inakupa uwezo wa kustawi katika ulimwengu unaotarajia tija ya mara kwa mara bila kuchomwa.

Kona ya CAMPY: Pweza Wana Mikono Nane, Lakini Nani Anaihitaji Hata Hivyo?

Wakati mwingine, bora unayoweza kufanya ni kuicheka wakati shughuli nyingi zinapoendelea. Sote tumekuwa na nyakati hizo tunapojaribu kujuggle sana husababisha maafa ya kustaajabisha: barua pepe isiyo sahihi iliyotumwa, kahawa kwenye hati muhimu, au fundi bomba aliyechanganyikiwa anayejitokeza kwa miadi yako ya daktari wa meno. Sasa, makosa ya kufanya mambo mengi yanaweza kusababisha mafanikio. Na huo ni uthibitisho kuwa kuruhusu baadhi ya mipira idondoke kila kukicha sio mwisho wa dunia.

Fikiria kufanya kazi nyingi kama pweza anayejaribu kucheza piano—inaweza kuonekana kuwa ya kipuuzi kabisa. Bado, wakati mwingine, wimbo ambao utatoka ni ambao haungeunda ikiwa kila kitu kingeenda sawa. Kwa hiyo, wakati ujao unapozikwa chini ya mzigo wa kazi, jifunze kucheka kwa upuuzi wa yote. Kusherehekea ujinga huu kunaweza kukuongoza kupata suluhu bunifu za kushambulia kazi kwa njia ambazo hukuwahi kufikiria—na unaweza hata kufurahia safari.

Google Duel: "Hey Google, Nini Njia Bora ya Kufanya Mengi? Hapana, Sitaki Kununua Kipanga!"

Sote tumefika hapo, tukiandika kwa hasira au kumpigia kelele msaidizi wetu wa kidijitali, na wote walitupa mapendekezo ya kununua programu mpya ya tija au kipangaji; hiyo labda sio unayotaka kusaidiwa.

Wacha tukubaliane nayo: hakuna AI, haijalishi imepangwa vizuri, inaweza kuchukua nafasi ya uwezo wa kipekee wa ubongo wa mwanadamu kuzoea, kuboresha, na kucheka makosa yake yenyewe. Hakika, teknolojia inaweza kurahisisha maisha kwa kazi za kiotomatiki, lakini werevu wa kibinadamu na uwezo wa kujicheka huturuhusu kustawi vyema katika msukosuko wa maisha ya kisasa. Hebu fikiria jeshi la roboti zinazofanya kazi kwa ratiba iliyowekewa msimbo wa rangi hadi millisecond—hivyo ndivyo utendaji wa kazi nyingi unaoendeshwa na AI unavyoweza kuonekana.

Inaonekana kwa ufanisi, sivyo? Lakini furaha iko wapi katika hilo? Kuna kitu cha kipekee sana cha kibinadamu kuhusu kuabiri ugumu wa maisha na kutafuta masuluhisho ambayo hakuna algoriti inaweza kutabiri. Kutokamilika kwetu na kujitolea kwetu hutufanya washindi wa kweli katika pambano la shughuli nyingi kati ya AI na wanadamu.

Kwa hivyo, wakati mwingine Google inapendekeza unahitaji mpangaji mwingine, tabasamu tu; Chini ya mistari hiyo iliyopangwa kikamilifu kuna silaha yako kuu ya siri: kukumbatia machafuko.

Banter Serve na Banter Affect

Kuelewa Mabadiliko yanayomhusu Mtu

Sanaa ya kufanya kazi nyingi haifanyiki tu katika kikasha chako au orodha ya mambo ya kufanya; ni ujuzi wa kijamii, pia.

Banter, mazungumzo hayo mepesi na ya kijanja ya kurudi na mbele yanaweza kubadilisha mwingiliano na kukuza miunganisho yenye nguvu. Kujifunza ufundi wa kushiriki katika mazungumzo huku ukishughulikia kazi zingine huonyesha jinsi kukaa na watu ni muhimu, hata wakati wa kushughulikia mambo kadhaa. Ni mchezo tu wa mawasiliano na kuwa pamoja na mtu aliye karibu huku ukiweka kila kitu katika usawa.

Sanaa ya Kutafuta Gumzo

Sanaa ya kufanya kazi nyingi kati ya mwanadamu na mwanadamu ni kujua ni kiasi gani cha kushiriki katika mazungumzo na wakati wa kuhamisha mwelekeo. Kupiga kelele kwa mafanikio huongeza mguso wa kibinafsi wa kujisikia vizuri, na kuwafanya watu wahisi kuwa wanathaminiwa na kusikika katikati ya mambo mengine kumi unayofanya kwa wakati mmoja. Mbinu kama hiyo ya kufanya kazi nyingi huongeza uhusiano na kubadilisha mwingiliano wa kawaida kuwa mwingiliano wa maana.

Dhamira ya Ushawishi, Slate Safi, na Mpangilio wa Thamani (Kuchunguza Vipengele vya Kimwili, Kiakili, Kihisia na Muunganisho)

Wazo la kufanya kazi nyingi huenda zaidi ya kukamilisha kazi tu; ni kuhusu kupata usawa katika maeneo mbalimbali ya maisha yako. Inahusisha kutambua vipaumbele vyako vya juu katika nyanja nne: kimwili, kiakili, kihisia, na kijamii. Zingatia athari unayotaka kuwa nayo katika kila eneo na jinsi shughuli nyingi zinavyoweza kukusaidia kufikia hilo.

Kifungu cha maneno "safi slate" kinarejelea wakati ambapo mambo yanakuwa mengi sana na unahitaji kuweka upya akili yako. Ingawa kufanya kazi nyingi kunaweza kusababisha kulemewa na akili, kuchukua hatua nyuma ili kufuta nafasi yako ya kiakili kunaweza kukusaidia kuangazia upya majukumu uliyo nayo.

Hatimaye, upatanishi wa thamani unamaanisha kupanga kazi na mahusiano yako kulingana na kile ambacho ni muhimu zaidi kwako. Kwa kutambua maadili yako ya msingi, unaweza kuoanisha juhudi zako za kufanya kazi nyingi na malengo yako ya muda mrefu, kuhakikisha unazalisha na unafanyia kazi kile ambacho ni muhimu sana. Sio juu ya kufanya kila kitu; ni juu ya kuzingatia mambo muhimu zaidi kwako.

Sura ya 3: Ujuzi wa Kijamii- Jinsi ya Kushinda Marafiki na Watangulizi wa Kutisha

Outcome – Adventure

Story – Hook

Segment – Social

Trait – Discriminate

Test – Candid

Unajua wakati huo unaposadikishwa kuwa unakaribia kuwa shujaa wa ofisi, na kuishia kuwa mtu ambaye kila mtu anaepuka kimya kimya kwenye kipozezi cha maji? Ndio, ni mimi baada ya siku hiyo hiyo.

Yote ilianza na kile kilichoonekana kama wazo zuri la kuongeza ari ya ofisi na karamu ya kushtukiza. Nilifikiria, ni nini kinachoweza kwenda vibaya na furaha fulani ya papo hapo? Nilikuwa nimepanga yote: vitafunio, puto, na, bila shaka, pièce de résistance—line conga. Hakuna kinachosema moyo wa timu kama watu wazima 20 wanaozunguka ofisini katika faili moja, sivyo?

Lakini hapa ndipo shauku yangu ya nia njema ilipoanguka katika ukweli. Nilitarajia kicheko na furaha tele nilipoanza mshangao, nikirusha confetti na sauti za juu za 80s. Badala yake, nilikutana na tabasamu zisizo za kawaida na woga wa macho, haswa kutoka kwa wenzangu waliokuwa wakinijua zaidi. Mstari wa konga—uliokusudiwa kuwa tukio la kufurahisha la kuunganisha—ukawa treni ya usumbufu. Jaribio langu la nyongeza ya maadili liligeuka haraka kuwa hali ya "tafadhali acha hii iishe" kwa mtu yeyote ambaye alithamini nafasi ya kibinafsi.

Kufikia wakati laini inakatika, ikiniacha nimesimama nikiwa na vijitiririsho vilivyotolewa mkononi, nilijifunza somo muhimu: si kila mtu anashiriki ufafanuzi wako wa kufurahisha linapokuja suala la mienendo ya kijamii. Na wakati mwingine, njia bora ya kupata marafiki ni kwa *sivyo* kudhani kila mtu anapenda mshangao mstari wa conga.

Hadithi hii inatumika kama ukumbusho wa kuchekesha kwamba ingawa hamu ya kuunganishwa ni ya ulimwengu wote, jinsi inavyokuwa ya kibinafsi. Stadi za kijamii, zinageuka, zinahitaji zaidi ya shauku-zinahitaji kuelewa mipaka ya kibinafsi, ufahamu wa viwango vya faraja ya wengine, na, muhimu zaidi, hekima ya kujua wakati wa kuacha mstari wa mkataba.

Amri Kumi za Kijamii (kwa Watangulizi, Watangulizi, na Kila Mtu Kati)

Iwe wewe ni mtu wa kutoka nje au unaweka mambo ya chini chini, kupatana na wengine kunaweza kuwa jambo gumu. Sheria hizi kumi rahisi zitakupa vidokezo muhimu kuhusu jinsi ya kujenga ujuzi wako wa kijamii ili kuanzisha mahusiano ya kweli.

1. **Sanaa ya Maongezi Madogo: Zaidi ya "Hali ya hewa Nzuri Tunayo" :** Mazungumzo madogo yanaweza kuwa njia nzuri ya kuunda muunganisho inapofikiwa kwa uangalifu. Badala ya kujadili mada zinazotumiwa kupita kiasi na zenye kuchukiza, uliza maswali ya wazi, ukiwaalika wengine washiriki mambo yanayowavutia au uzoefu wao. Hadithi za kibinafsi pia zinaweza kuongeza joto na uhusiano kwenye mazungumzo yako. Tafuta mambo ya kawaida au uzoefu wa pamoja, ambao huunda daraja la asili kwa mada muhimu zaidi. Mazungumzo madogo hubadilika kutoka kwa kichungi cha kawaida hadi mlango wa mabadilishano ya kukumbukwa, ya kufurahisha kwa kujihusisha kikweli na kusikiliza kwa bidii.
2. **Kusoma Chumba:** Kuelewa mienendo ya chumba chochote hutegemea sana kuzingatia ishara za hila, zisizo za maneno. Mkao wa mwili, sura ya uso, na sauti ndio husema mengi juu ya mtu. Mwelekeo ambao mtu anaelekea na mwonekano wa uso wake kwa kawaida ungeonyesha kwamba amepumzika au anapendezwa. Lugha ya mwili wazi na kutikisa kichwa kunaweza kuonyesha kuhusika, lakini kuvuka mikono na kutazama kukwepa kunaweza kutoa taswira ya kutopendezwa au kutokuwa na raha. Kujua wakati wa kurekebisha sauti au kasi yako kulingana na viashiria hivi kunaweza kukusaidia kupatana na nishati ya kikundi ili mwingiliano uwe mwepesi na rahisi zaidi na jibu litoshee moja kwa moja.

3. **Mwongozo wa Introvert wa Kuishi Matukio ya Mitandao (Bila Kujificha Bafuni):** Mtandao hauhitaji kutisha. Kuweka malengo madogo, yanayoweza kufikiwa kunaweza kufanya matukio kuhisi kudhibitiwa zaidi. Kwa mfano, lenga kuungana na watu wachache badala ya kujaribu kukutana na mamia. Kutayarisha vianzishi vichache vya mazungumzo ya jumla pia kunaweza kusaidia kurahisisha mwingiliano wa awali. Ni sawa kuchukua mapumziko, pia-tafuta nafasi tulivu au utoke nje ili kupata hewa safi unapoihitaji. Kwa kulenga kutengeneza miunganisho ya ubora badala ya wingi, utaacha tukio na waasiliani muhimu badala ya kuhisi kulemewa.
4. **Uelewa wa Aerobiki: Kutumia Misuli Yako ya Akili ya Kihisia:** Usikivu wa kweli na uchunguzi hujenga huruma. Unapokuwa kwenye mazungumzo, zingatia hisia za mtu, ingawa hawezi kuzitamka; usijaribu kumkatisha kwa ushauri juu ya somo. Onyesha kwamba uthibitisho rahisi au tafakari humsikia; inawezekana kuwepo bila kumlemea mzungumzaji. Mipaka yenye afya na huruma hukupa uwezo wa kuwa wa karibu lakini uhifadhi ustawi wako wa kihemko. Mazoezi mengine ya kunoa zaidi ujuzi huu yanaweza kuwa kuandika habari kuhusu mitazamo ya wengine au kusikiliza kwa uangalifu.
5. **Mwongozo wa Extrovert wa Kutolemea Kila Mtu Katika Radi ya Maili 10 :** Kwa extroverts, inaweza kuwa rahisi kuwa na nguvu sana katika mazungumzo yao. Rudisha viwango hivyo vya nishati ili kushiriki vyema na kusawazisha ubadilishanaji na wengine. Ikiwa mtu mwingine atajiondoa au anajibu kwa sentensi fupi tu, huo ni

wakati mzuri wa kurudi nyuma na kuwapa nafasi. Njia moja nzuri ya kupata watu kushiriki ni kuuliza maswali ya wazi. Zingatia nguvu zako kwenye mada zinazosisimua kila mtu mara moja badala ya kukuzingatia, jambo ambalo linaweza kufanya kila mtu ajisikie kuwa amejumuishwa na kuthaminiwa zaidi.

6. **Charisma Dijiti: Kukadiria Haiba Chini ya Mwanga wa Barafu wa Skrini:** Kusawazisha taaluma na utu katika mawasiliano ya kidijitali ni kuhusu kuonyesha hali ya joto. Anza kwa kuongeza salamu kidogo za kirafiki, kwa kutumia lugha chanya, na kuwa mwepesi wa kujibu ili kuwasilisha ubinadamu katika mwingiliano wa mtandaoni. Wakati wa simu za video, tumia viashiria vya kuona kama vile kutikisa kichwa, kudumisha mtazamo wa macho, na kutumia lugha ya mwili iliyotulia ili kuonyesha kuhusika. Unaweza kuboresha mawasiliano yako kwa kujumuisha ucheshi au miguso ya kibinafsi katika barua pepe na ujumbe, na kufanya mawasiliano yako kuhisi kuwa ya kweli na yanayohusiana.

7. **Utatuzi wa Migogoro Kung Fu: Jinsi ya Kueneza Mivutano Bila Kubwaga Koo:** Siri ya kusuluhisha mizozo yenye mafanikio ni kudumisha utulivu na kuzingatia kutafuta majibu. Kabla ya kutoa maoni yako mwenyewe, anza kwa kusikia kile mtu mwingine anachosema. Njia hii inahimiza majadiliano ya wazi zaidi na hukusaidia kuelewa maoni yao.

Ili kuepuka kumfanya mtu mwingine ajitetee, tumia "kauli za mimi" ili kuwasilisha hisia zako bila kulaumu. Fafanua mambo ambayo nyinyi wawili mnakubaliana badala ya kujaribu kutafuta sababu zinazofanana kwa kila hali ya kutoelewana.

8. **Sanaa ya Ucheshi wa Kujidharau (Bila Kugonga Mstari wa Kuchomoa Ofisini):** Ingawa kujidharau na ucheshi kunaweza kuwa njia bora za kuanzisha mazungumzo, kupata usawaziko ni muhimu. Kutania juu ya mapungufu yako mwenyewe kunapaswa kuwa nyepesi na inayohusiana badala ya kukosoa ujuzi au mafanikio yako. Mbinu hii inaruhusu wengine kuungana nawe bila kudhoofisha mtazamo wao kwako.

Ingawa kushiriki tabia zinazokufanya ufikike zaidi ni sawa, dumisha heshima yako na uhalisi. Waruhusu watu wajione utu wako halisi, ikijumuisha kutokamilika kwako, kwani hii inakuza miunganisho ya kweli na kuwasaidia wengine kujisikia vizuri wakiwa nawe.

9. **Mawasiliano ya Kitamaduni Mtambuka: Hakuna Matukio ya Kimataifa kwenye Kipozezi cha Maji:** Kuwa wazi na nyeti kwa mitindo tofauti ya mawasiliano ni ufunguo wa kudhibiti tofauti za kitamaduni. Kutambua kwamba ishara, kugusa macho, na tafsiri ya ujumbe inaweza kutofautiana sana katika tamaduni ni muhimu. Kufahamu hila hizi kunaboresha ujuzi wako wa mawasiliano.

Kwa mfano, ingawa tamaduni zingine zinathamini mawasiliano ya moja kwa moja, zingine zinaweza kupendelea kuonyesha adabu kwa njia isiyo ya moja kwa moja. Kuzingatia tofauti hizi kunakuza hali ya kukaribisha zaidi ambapo kila mtu anaheshimiwa na kuthaminiwa, kuimarisha vifungo na kupunguza uwezekano wa mawasiliano mabaya.

10. Mwongozo wa Mtu Mchanganyiko wa Kudanganya Neema ya Kijamii: Neema ya kijamii si lazima ije kwa kawaida; hata hivyo, unaweza kuikuza kwa kutumia mbinu chache rahisi. Ili kurahisisha mazungumzo, anza na mwanzilishi wako wa mazungumzo uipendayo. Ili kuanzisha muunganisho, fungua macho yako. Usijali ikiwa utafanya makosa; cheka tu na uombe msamaha kidogo ili mazungumzo yaendelee.

Kurudia matukio ya kawaida ya kijamii mapema kunaweza pia kukusaidia kujisikia tayari zaidi. Fikiria mada chache za "uokoaji" za kuibua mazungumzo yanapokwama, kuhakikisha kila wakati una kitu cha kuhusisha cha kujadili. Kwa zana hizi, unaweza kuabiri hali za kijamii kwa kujiamini na kwa urahisi.

Sanaa ya Kubagua kwa Uwazi

Kubagua kwa uwazi kunamaanisha kushiriki kwa uaminifu mawazo na hukumu zako huku ukiwa wazi na kwa heshima. Katika ulimwengu ambao mara nyingi hutegemea adabu kupita kiasi au uaminifu wa kikatili, ubaguzi wa wazi husaidia kuleta usawaziko, huku kuruhusu utoe maarifa ya kweli bila kusikika kama chuki au ukali. Mbinu hii inahusisha kuelewa nuances ya lugha, huruma, na wakati. Kusema kwa unyoofu kunatia ndani mengi zaidi ya kueleza maoni yako tu; inahusisha pia kuziwasilisha kwa mawazo na kwa kujenga.

Kwa mfano, ubaguzi wa wazi utakuwezesha kutambua kwa uwazi matatizo yanayoweza kutokea huku ukikubali kwa wakati mmoja vipengele vyema vya wazo la mwenzako ambalo unaamini kuwa lina dosari. Unaweza kusema, "Ninaweza kuona unapoenda na hili, lakini hapa kuna changamoto chache ambazo tunaweza kukabiliana nazo," kinyume na, "Hiyo haitafanya kazi." Kwa njia hii, unachangia kwa thamani bila kukataa maoni ya mtu mwingine.

Kufanya mazoezi ya sanaa hii hutukuza mawasiliano ya uwazi na hujenga uaminifu kwa sababu watu wanajua wanaposimama nawe. Baada ya muda, watu watathamini uaminifu wako, wakiutambua kama mwaliko wa ukuaji wa pande zote badala ya changamoto. Kubagua kwa uwazi ni zana yenye nguvu ya mwingiliano wa maana na uhusiano thabiti.

Kusawazisha Kusema na Kuuliza

Mawasiliano yenye ufanisi yanahitaji kuweka usawa kati ya kuuliza na kueleza, kuhakikisha kuwa majadiliano yanafanana. Kusema kupita kiasi kunaweza kutufanya tuonekane kuwa watawala au wenye dharau, na mazungumzo yanaweza kuhisi upendeleo. Hata hivyo, kuuliza maswali mengi kunaweza kuonekana kama kutokuwa na uhakika au kutaka kujua sana, jambo ambalo linaweza kumweka mtu mwingine papo hapo. Kufikia usawa kati ya aina hizi kunaweza kusababisha ubadilishanaji changamfu, wa kuvutia unaokuza uwazi na uaminifu.

Zingatia kuwa wewe na mshiriki wa timu mnazungumza kuhusu mradi. Badala ya kuwaambia kila kitu (kuwaambia) au kuuliza tu kile wanachofikiria (kuuliza), unaweza kueleza maono ya mradi wako na kutafuta maoni yao. Kwa mfano, sema, "Ninawazia mbinu hii ili kufikia malengo yetu. Una maoni gani, au kuna chochote ungependa kuongeza?" Kwa njia hii, unaongoza mazungumzo na maarifa yako huku ukihimiza mtazamo wao kikamilifu.

Kuchanganya kuwaambia na kuuliza katika mwingiliano wako hujenga ukaribu na huonyesha heshima kwa mawazo ya mtu mwingine. Mtindo huu wa mawasiliano uliosawazishwa pia unakuza utatuzi wa matatizo shirikishi, huku pande zote mbili zikijihisi kuthaminiwa na kuwekeza katika mazungumzo. Ni ujuzi ambao, mara baada ya ujuzi, huongeza uhusiano wa kibinafsi na wa kitaaluma.

"Basi Nini?" Hitimisho: Kwa nini Ujuzi wa Kijamii ni Nguvu Yako ya Kazi

Ujuzi wa kijamii ni zaidi ya sifa za "nzuri-kuwa na"; ni vyombo vya kubadilisha ambavyo vinaweza kuboresha ustawi wako wa jumla, kuendeleza kazi yako, na kuongeza kuridhika kwa wateja. Katika mahali pa kazi, ujuzi wa kijamii hutumika kama wakala wa kumfunga kati ya ustadi wa kiufundi na ufanisi kati ya watu, na hivyo kusababisha mkakati uliokamilika ambao biashara huheshimu sana. Unaweza kuunda eneo la kazi lenye tija ambalo huongeza ari na ushirikiano kwa kushughulikia mazungumzo yenye changamoto, kuzoea watu mbalimbali, na kuwafanya wengine wasikike. Hili huathiri moja kwa moja maendeleo ya kazi kwa kuwa waajiri huwathamini na kuwatuza watu ambao wanaweza kuwahamasisha na kuwatia moyo wengine—sifa muhimu kwa nafasi za uongozi.

Kujua ujuzi wa kijamii pia ni nyenzo muhimu wakati wa kufanya kazi na wateja au wateja. Usikivu wa vitendo, huruma na mawasiliano ya wazi huchangia kuridhika kwa wateja, kwani watu huitikia vyema zaidi mwingiliano ambapo wanahisi kuthaminiwa. Zaidi ya kazi, ujuzi dhabiti wa kijamii huboresha maisha yako ya kibinafsi. Kuunganisha, kuwasiliana kwa uwazi, na kusuluhisha mizozo vizuri husababisha uhusiano mzuri na kupunguza mkazo.

Ujuzi wa kijamii ni uwezo wako mkuu wa kazi kwa sababu huongeza jinsi wengine wanavyokuchukulia na jinsi unavyojishughulisha vyema na ulimwengu unaokuzunguka. Uwekezaji katika ujuzi huu hutoa faida kitaaluma na kibinafsi, na kusababisha maisha yenye kuridhisha na yenye matokeo.

Kona ya CAMPY: Kukumbatia Kipepeo Wako wa Ndani wa Kijamii (Au Kiwavi Mchangamfu)

Katika ulimwengu wa mienendo ya kijamii, kuna wigo wa ajabu ambao ni kati ya vipepeo wa kijamii wenye haiba, wakubwa kuliko maisha hadi viwavi wasiopendeza. CAMPY Corner inahusu kusherehekea utofauti huu na kukumbatia mtindo wako wa kipekee, hata hivyo unaweza kuwa wa kung'aa au wa kustaajabisha. Mikutano ya kijamii haihusu ukamilifu bali uhalisi, na wakati mwingine, nyakati bora zaidi hutokea wakati mambo hayaendi kabisa jinsi ilivyopangwa. Kuanzia kwa mtangulizi mwenye nia njema ambaye kwa bahati mbaya alimwadhibu bosi wao hadi yule mchambuzi ambaye alianzisha hadithi kuhusu mambo wanayopenda sana na kugundua kwamba wangemkosea mtu mwingine kabisa, hadithi hizi hutukumbusha kwamba muunganisho wa kweli sio kila wakati usio na dosari.

Kujifunza kuthamini sifa zako za kipekee na kuziona kama nguvu kunaweza kukusaidia kustawi maishani. Nyakati ambapo tunajikwaa, kufanya vicheshi visivyo vya kawaida au kushiriki kidogo kwa uwazi mara nyingi hutufanya tupendwa na wengine zaidi ya ukamilifu uliorudiwa. Kukumbatia "kipepeo wako wa ndani" au "kiwavi asiyefaa" hukuweka huru kuabiri hali za kijamii kwa ujasiri, ukijua kwamba uhalisi hatimaye hutuunganisha sote.

Google Duel: "Hey Google, Je, Nitapataje Marafiki Kazini? Hapana, Sitaki Kujiunga na Ibada!"

Kuomba ushauri kwa Google kuhusu kupata marafiki kazini kunaweza kutoa vidokezo vingi: "Jiunge na timu ya michezo ya ofisini!" "Panga chakula cha mchana!" au "Shiriki jambo la kufurahisha!" Walakini, urafiki wa mahali pa kazi ni ngumu zaidi kuliko ushauri wowote wa algorithm unaweza kunasa. Uunganisho wa kibinadamu huenda zaidi ya fomula au "hatua za kuunganisha" ambazo AI inaweza kupendekeza. Tabia zetu za maisha halisi na nuances hufanya urafiki kuwa wa pekee—na wakati mwingine kuwa wa kustaajabisha. Iwapo umewahi kujaribu kutekeleza pendekezo kama vile "wasifu wenzako kila wakati" ili tu uhisi kama unakariri mstari kutoka kwa roboti ya kujisaidia, utaelewa uzuri wa muunganisho wa papo hapo na usio kamilifu.

Fikiria kutumia mikakati ya kijamii inayoendeshwa na AI kama vile, "Tazama macho kwa sekunde tano haswa ili kuonyesha kujiamini." Lakini mahusiano ya kweli yanahitaji mguso wa kibinadamu ambao hakuna algorithm inayoweza kutoa. Iwe ni kushiriki kicheko juu ya uzoefu wa ajabu wa kazi au kuunganisha kupitia malalamiko yaliyoshirikiwa kuhusu mashine ya kahawa, miunganisho ya kweli hutoka kutokana na uzoefu ulioshirikiwa, si hati zisizohitajika. Mtu anapaswa kukumbatia hali ya kujitokeza na kutokamilika ambayo hufanya urafiki kuwa wa kipekee, akitukumbusha kukaribia miunganisho kwa ucheshi na kubadilika badala ya kuiona kama zoezi la tiki.

Mchakato wa Seville: Kuelewa na Utekelezaji wa Mabadiliko kutoka kwa Kutojali hadi Shukrani

Mchakato wa Seville unahusu kukuza mabadiliko ya kifikra—kutoka kuchukua vitu na watu kwa urahisi hadi kuvithamini na kuvithamini kwa dhati. Mazingira yetu ya kijamii yanafahamika sana hivi kwamba mara nyingi tunaangukia katika mazoea, tukijibu kwa matamu ya kiotomatiki au hata kutojali. Mchakato wa Seville ni mazoezi ya mageuzi ambayo hutuhimiza kupunguza kasi, kutazama, na kutambua siri za uhusiano na mazingira yetu, na kutuongoza kutoka kwa kikosi hadi shukrani.

Utaratibu huu unahitaji kutafakari kwa makusudi. Fikiria mwingiliano wako wa kila siku: ni mara ngapi unamshukuru mwenzako, unaona juhudi katika kazi ya mtu fulani, au unakubali usaidizi wa rafiki? Kupitia Mchakato wa Seville, unafanya mazoezi ya kusitisha ili kuthamini maelezo haya. Badiliko hili la mtazamo halihusu wengine pekee—linarudisha hisia zako za utimilifu na kukuza mtazamo chanya zaidi. Kwa mfano, katika mwingiliano wa kawaida wa kazi, kuonyesha shukrani mahususi kunaweza kubadilisha ubadilishanaji wa shughuli kuwa muunganisho unaojenga kuheshimiana na uchangamfu. Kwa kujihusisha na shukrani kwa uangalifu, unaongeza uhusiano na kuimarisha uzoefu wako mwenyewe, kutengeneza njia kwa uhusiano wa maana zaidi na thabiti ambao hubadilisha mikutano ya kila siku kuwa wakati wa umuhimu wa pamoja.

Kujenga Uhusiano Kupitia Stadi za Kijamii: Kukubali Kukosolewa na Kuchangamsha kwa Tabasamu

Ujuzi wa kijamii ndio msingi wa mahusiano yenye maana, na vipengele viwili muhimu—kukubali ukosoaji kwa neema na kitendo rahisi cha kutabasamu—vinaweza kuleta mabadiliko katika kujenga uaminifu na urafiki. Kujifunza kukubali kukosolewa ni ustadi ambao haufaidi tu ukuzi wa kibinafsi bali pia huimarisha vifungo. Wakati mtu anatoa maoni, kujibu kwa uwazi badala ya kujitetea kunaonyesha heshima kwa mtazamo wao na kuashiria nia ya kuboresha. Inahitaji mazoezi, lakini kutambua mchango wa wengine hujenga uaminifu na kukuza mazingira ya ushirikiano. Kwa mfano, badala ya kuona ukosoaji kama shambulio la kibinafsi, jaribu kuiona kama fursa ya kuelewa uzoefu wa wengine na kuboresha michango yako mwenyewe.

Kitu chenye nguvu sawa na hilo ni joto la tabasamu la kweli. Uchunguzi umeonyesha kuwa kutabasamu kunatoa endorphins zinazoongeza hisia na kuunda nishati ya kukaribisha ambayo watu huvutiwa nayo. Tabasamu linaweza kuvunja vizuizi vya awali katika mazingira ya kijamii au kitaaluma, na kuwafanya wengine wajisikie wanaonekana, wamekaribishwa na kustarehe wakiwa karibu nawe. Ni ishara ndogo, rahisi, lakini athari yake haiwezi kupinduliwa-inaonyesha wema na uwazi, kuweka hatua ya mwingiliano mzuri. Kukubali kukosolewa na kushiriki tabasamu hukuza mazingira ambamo kuaminiana, uaminifu, na kuheshimiana kunaweza kusitawi, na kuweka msingi thabiti wa mahusiano ya kudumu.

Sura ya 4: Shirika- Kudhibiti Machafuko (Huku Unaonekana Vizuri Kuifanya)

Outcome – Limited
Story – Place
Segment – Physical
Trait – Intellect

Mara nyingi, hatutambui ni kiasi gani mazingira yetu yanaathiri uwezo wetu wa kuzingatia na kuwa na matokeo. Uwazi wetu wa kiakili unaweza kuathiriwa kwa njia ndogo au isiathiriwe sana na nafasi ya kazi iliyojaa. Hii inaweza pia kusababisha mafadhaiko yasiyo ya lazima na makosa ya aibu. Kwa baadhi yetu, machafuko ni kama rafiki wa zamani—"fujo iliyopangwa" ambayo tunafikiri tunaweza kushughulikia. Hata hivyo, nyakati fulani, ghasia hiyo inaweza kutugeuka, na kutuonyesha jinsi ilivyo muhimu kudumisha kiwango fulani cha utaratibu.

Hebu wazia, kwa muda, kwamba dawati lako lenye fujo lilikuwa ghafla kikwazo chako kikubwa katika kutekeleza ahadi muhimu. Ndivyo ilivyotokea kwangu siku ambayo itajulikana milele kama *Siku ambayo Dawati Langu Lilikula Agizo la Mteja Wangu.*

Ilikuwa Jumatatu ya kawaida, na nilikuwa nikikimbia kwa kafeini na kujiamini, tayari kukabiliana na mlima wa kazi. Dawati langu lilikuwa la kawaida lenye machafuko—faili zilizorundikwa juu, noti zilizonata zikiwa zimebandikwa kwenye kompyuta yangu, na karatasi zikiwa zimesambaa kila upande. Nilikuwa na mteja wa muda mrefu alisimama ili kuweka oda kubwa. Tulizungumza kwa ufupi; Niliwahakikishia ahadi yangu na kuweka agizo juu ya rundo la karatasi zingine za dharura.

Kisha ikafika wakati nilienda kuichukua. Nilifika ili kunyakua agizo, lakini haikuwepo. Mwanzoni, nilifikiri lazima niliiweka chini ya kitu kingine. Lakini nilipopekua-pekua chungu, hisia ya kuzama ilianza kuchukua nafasi. Nilipitia rafu, nikainua folda, na kuangalia chini ya kibodi yangu - hakuna kitu. Nilitafuta mpaka mikono yangu ikajaa uchafu wa wino, na mishipa yangu ilipiga risasi. Saa ilikuwa ikiyoma, na hofu ilikuwa ikitanda.

Wakati tu nilianza kufikiria kuwa nimepoteza agizo kabisa, mfanyakazi mwenza mwenye huruma alijiunga na uwindaji. Hatimaye, baada ya kile kilichohisiwa kama muda wa kutafuta, tuligundua hilo—nikiwa nimekunjamana na kuning'inia chini ya meza yangu, tukiwa tumeteleza kutoka kwenye rundo na kutua nyuma ya kabati langu la faili. Ilikuwa ni mara ya kwanza nilipogundua kwamba "fujo yangu iliyopangwa" haikufanya kazi kwa mtu yeyote, angalau ya yote mimi mwenyewe. Tukio hilo la aibu lilikuwa simu yangu ya kuamka. Sikuweza kuruhusu machafuko kuharibu maisha yangu ya kitaaluma au imani ambayo wateja wangu na wafanyakazi wenzangu waliweka kwangu.

Kuanzia wakati huo na kuendelea, nilijitolea kwa mfumo ambao uliunga mkono kazi yangu na kupunguza mkazo, nikitambua kwamba shirika la kweli halihusu ukamilifu na zaidi kuhusu kutegemewa. Machafuko yanaweza kudhibitiwa mwanzoni, lakini baada ya muda, yanadhoofisha ufanisi na uaminifu. Kwa kuchukua udhibiti wa nafasi yangu ya kazi, niliongeza utendakazi wangu na kurejesha imani ya wateja na wafanyakazi wenzangu sawa.

Amri Kumi za Shirika (Kwa Wakati Nafasi Yako ya Kazi Inafanana na Njia ya Kimbunga)

Kupanga eneo lako la kazi kunaweza kuchosha, haswa inapoonekana kama kimbunga kidogo kilichopita. Lakini faida za mazingira yaliyopangwa huenda zaidi ya aesthetics; inahusu kupunguza msongo wa mawazo, kuongeza tija, na kujiweka tayari kwa mafanikio. Iwe unashughulikia rundo la karatasi, kikasha kilichojaa, au kalenda ambayo inakataa kushirikiana, "amri" hizi kumi za shirika zimeundwa ili kukusaidia kuleta utulivu kwa fujo bila kuacha utu au mtindo.

1. Usafishaji Mkuu: Kusambaratika Bila Machozi (au Majeraha Marefu): Shirika la ustadi huanza na tathmini isiyobadilika ya nafasi yako ya kazi. Tupa bila huruma vitu vinavyochukua nafasi lakini havitumiki kwa kusudi lolote, kama vile rundo la risiti za kale, noti kutoka kwa mikutano iliyosahaulika kwa muda mrefu, na nyaya zisizoeleweka "utatumia siku moja." Panga katika mirundo mitatu: weka, toa, na upasue. Hii haihusu "furaha ya kuibua" - ni juu ya kile ambacho ni muhimu sana na kinachofanya kazi. Ikiwa imepitwa na wakati, imerudufiwa, au haifai tena, iache iende na ujipe zawadi ya nafasi na uwazi.

2. Uondoaji Sumu Dijiti: Kushinda Mnyama wa Kikasha pokezi: Vikasha vyetu mara nyingi huakisi shirika letu kwa ujumla: limejaa vitu vingi, hali ya mchafukoge, na linalohitaji kuangaliwa kila mara. Ili kumdhibiti mnyama, anza na usafishaji wa haraka wa wingi na uunde folda au kategoria kwa upangaji rahisi. Panga kujibu barua pepe muhimu mara moja na ujaribu violezo vya barua pepe na majibu ya kiotomatiki ili kuokoa muda. Lenga "Sifuri Kikasha" (au funga nayo) kwa kuweka saa mahususi za kuangalia barua pepe ili usisumbuliwe kila mara unapofika. Mkakati huu hukufanya kuwa na tija na husaidia kuzuia wasiwasi wa kuwa "nyuma" daima.

3. Sanaa ya Kutengeneza Orodha: Ya Kufanya au Yasiyo ya Kufanya: Orodha ni zana yenye tija lakini hufanya kazi vizuri zaidi inapotumiwa kwa uangalifu. Anza kwa kutengeneza orodha kuu na kisha uigawanye katika kazi za kila siku. Tanguliza vitu kwa mpangilio wa uharaka na umuhimu, ukihakikisha kwamba utavuka majukumu bila kujisumbua. Kuna saikolojia nyuma kwa nini kuvuka vitu kunahisi kuridhisha sana-ni nyongeza ndogo ya dopamini ambayo inahimiza kukamilika. Jaribio na orodha za dijiti au ushikamane na kalamu na karatasi; tafuta kile kinachokufanya ujisikie kuwa umepangwa na kuhamasishwa.

4. Kuzuia Wakati: Kupanga Siku Yako Bila Kuhisi Kama Roboti: Kuzuia wakati hukusaidia kuepuka mitego ya kufanya mambo mengi na kuleta muundo kwa siku yako. Anza kwa kuainisha siku yako katika vizuizi maalum vya kazi mahususi, mikutano, barua pepe na mapumziko. Badala ya kuteleza kutoka kwa kazi hadi kazi, njia hii hukuruhusu kubaki kwenye eneo moja la kuzingatia. Hata vizuizi vifupi vya muda vilivyowekwa vya "jibu la barua pepe" au "kupanga faili" hukuweka kwenye ufuatiliaji. Onyo: Hii inaweza kukupa wakati usiotarajiwa wa bure, ambao unaweza kutumia upendavyo-au kufurahia tu kuridhika kwa siku iliyopangwa vizuri.

5. Mfumo wa Uwasilishaji wa Mabingwa: Ambapo Hata Unaweza Kupata Mambo: Mfumo mzuri wa uhifadhi wa faili ndio uti wa mgongo wa shirika. Unda muundo wa faili unaoeleweka kwako, ukiweka lebo kwa uwazi na kwa uthabiti. Tumia kategoria na kategoria ndogo kwa ufikiaji rahisi, na msimbo wa rangi ikiwa inakusaidia kupanga hati kwa macho. Kwa faili za kidijitali, unda folda kulingana na mradi au tarehe. Hakikisha kila kitu kina mahali maalum, ili usiishie kuwinda baadaye. Kwa uwekezaji wa muda kidogo, mfumo wako wa kuhifadhi unaweza kukufanya wivu wa ofisi yoyote-au angalau kuruhusu kupata vitu unapohitaji.

6. Umahiri wa Mikutano: Kufuatilia Bila Kutenganisha Eneo: Mikutano inaweza kuwa na sifa mbaya ya kupoteza muda, lakini kukaa kwa mpangilio hukusaidia kufaidika nayo zaidi. Kabla ya mkutano, pitia ajenda, zingatia kile unachohitaji kuchangia, na uweke malengo ya kile unachotaka kupata. Wakati wa mkutano, andika mambo muhimu, hatua, na tarehe za mwisho. Mikakati hii inahakikisha kuwa unashiriki kikamilifu na umejitayarisha wakati huwezi kuepuka mkutano mrefu. Zaidi ya hayo, kuwa na madokezo hukuwezesha kuepuka majibu yasiyoeleweka kama vile, "Nitarudi kwako kuhusu hilo," wakati hujui kinachojadiliwa.

7. Ninja wa Usimamizi wa Mradi: Juggling Kazi Bila Kuangusha Mpira: Kusimamia miradi mingi kunahitaji shirika la kimkakati. Gawa kila mradi katika awamu zinazoweza kudhibitiwa na upe kila mmoja tarehe inayofaa. Ili kufuatilia maendeleo yako, zingatia kutumia programu ya usimamizi wa mradi kama vile Trello, Asana, au hata lahajedwali msingi. Unaweza kuendelea kufuatilia bila kuhisi kulemewa kwa kuonyesha jinsi kila kazi inavyolingana na mpango wa jumla wa mambo. Kumbuka kwamba hii ni juu ya kusimamia mzigo wako wa kazi, si kufanya kila kitu mara moja. Unaweza kuzuia migongano ya dakika za mwisho kwa kufuatilia kila sehemu.

8. Nafasi ya Kazi Iliyopangwa: Feng Shui Hukutana na Utendaji: Unaweza kudumisha motisha yako na kuzingatia na nafasi ya kazi ya kupendeza na ya vitendo. Kwanza, weka nafasi yako ya kazi ili vitu vinavyotumiwa mara kwa mara visionekane na mahitaji yanapatikana kwa urahisi. Weka eneo-kazi lako bila fujo; kuokoa kwa mambo muhimu na labda picha ndogo au mmea kwa utu fulani. Weka faili na nyenzo zako kwa mpangilio. Shukrani kwa mbinu hii iliyosawazishwa vizuri, ni rahisi kukaa na motisha na kazi wakati una nafasi ya kusisimua na yenye tija.

9. Upangaji wa Ushahidi wa Mgogoro: Kujitayarisha kwa Maafa Bila Kuwa Mtayarishaji wa Siku ya Mwisho: Hali zisizotarajiwa zinaweza kuharibu mipango iliyowekwa vizuri, kwa hivyo ni busara kuwa na mikakati michache ya dharura. Anza kwa kuorodhesha "nini-ikiwa" kwa miradi yako, na uzingatie suluhu za chelezo. Kwa mfano, hifadhi nakala za faili muhimu kwenye huduma ya wingu au weka anwani muhimu karibu na dharura. Huna haja ya kujiandaa kwa kila hali isiyowezekana, lakini kufikiria mambo ya msingi kunaweza kuzuia vikwazo vidogo kuwa migogoro kamili. Maandalizi kidogo huenda kwa muda mrefu katika kuweka mambo sawa.

10. Sanaa ya Uwakilishi: Kueneza Upendo wa Kishirika: Mpango mzuri haimaanishi kufanya kila kitu mwenyewe. Utumaji kazi ufaao hupunguza mzigo wako wa kazi na huwapa wengine mamlaka zaidi. Unapowapa wengine kazi, zingatia uwezo wao binafsi. Mawasiliano ya wazi ya matarajio ni muhimu, kama vile kuwa na imani na timu yako na kuingia mara kwa mara ili kutoa usaidizi inapohitajika. Kushiriki mzigo wa kazi huongeza tija ya timu na kukuza hali nzuri ambapo kila mtu hufanya kazi kwa lengo sawa.

Ukiwa na "maagizo" haya kama mwongozo wako, utabadilisha nafasi ya kazi yenye machafuko kuwa mazingira yaliyopangwa, yenye tija—kuondoa mkazo. Jambo kuu ni uthabiti, sio ukamilifu; kila hatua ndogo kuelekea shirika hulipa, kukusaidia kurejesha udhibiti wa nafasi yako na wakati wako.

Kukuza Akili ya Kimwili, Hiyo ni Ustahimilivu

Kukaa kwa mpangilio sio tu juu ya kudhibiti kazi na nafasi; pia inahitaji uthabiti wa kimwili ili kuendana na mahitaji ya maisha. Akili ya kimwili hukusaidia kuelewa jinsi viwango vya mwili na nishati vinavyoathiri tija. Kwa kujumuisha mazoea kama vile mazoezi ya kawaida, mipangilio ya kufanya kazi vizuri, na mapumziko yaliyoratibiwa, unaweza kuimarisha uwezo wako na kukaa makini wakati wa mchana. Ustahimilivu huu hukuruhusu kukabiliana na kazi bila uchovu mwingi na kuhakikisha kuwa mwili wako unaunga mkono, badala ya kuzuia, malengo yako ya shirika.

Umuhimu wa Upendo, Subira, na Kuwepo

Shirika lenye mafanikio linategemea upendo, subira, na mtazamo wa sasa, hasa wakati wa kushughulikia miradi changamano au kushirikiana. Upendo kwa kazi na heshima kwa wale wanaohusika husaidia kukuza mazingira yenye matokeo na mazuri. Uvumilivu hukuruhusu kuvunja kazi kwa utaratibu na kuzoea wakati mambo hayajapangwa. Kukaa sasa kunahakikisha kuwa unalenga na kukusudia, kuzuia msongamano usijengeke, iwe katika nafasi yako ya kazi au jinsi unavyodhibiti wakati. Pamoja, sifa hizi huunda mazingira yaliyopangwa, yenye utulivu ambayo inasaidia tija na ustawi.

"Basi Nini?" Hitimisho: Kwa Nini Kujipanga Ndio Tiketi Yako ya Usafi na Mafanikio

Kujipanga kunaenda zaidi ya kuwa na eneo nadhifu la kazi—ni msingi wa kufanikiwa zaidi ukiwa na dhiki kidogo. Shirika linalofaa huongeza tija, hupunguza mafadhaiko, na huongeza kuridhika kwa wateja, na kugeuza fujo kuwa uwazi. Unapojipanga, watu wanakuamini utafanya mambo na wanategemea uwezo wako wa kushughulikia changamoto. Ni ujuzi muhimu kwa mtu yeyote anayelenga sifa ya kutegemewa na ufanisi katika kazi zao. Baadaye, shirika la ustadi litakuweka kama msuluhishi wa matatizo ambaye anaweza kutoa matokeo, na kuifanya kuwa nyenzo yenye nguvu katika mpangilio wowote wa kitaaluma.

Kona ya CAMPY: Kukumbatia Kituko Chako cha Ndani cha Shirika (Au Fujo Haiba)

Iwe unastawi kwa kutumia faili zenye msimbo wa rangi au unapendelea "fujo za ubunifu," hakuna njia moja ya kupangwa. Kuadhimisha mitindo tofauti kunamaanisha kufanya kazi na mapendeleo yako ya asili na kuepuka mtego wa ukamilifu. Wakati mwingine, "machafuko yaliyopangwa" yanaweza kusababisha ufanisi usiyotarajiwa na kuhamasisha mawazo mapya. Sehemu hii inaangazia mifano ya maisha halisi ya kustaajabisha ya mifumo isiyo ya kawaida iliyofanya kazi dhidi ya uwezekano, na kutukumbusha kuwa uhalisi katika shirika mara nyingi ni endelevu (na wa kufurahisha) kuliko kufuata mbinu ngumu.

Google Duel: "Hey Google, Je, Nitajipangaje? Hapana, Sitaki Kununua Vyombo Zaidi vya Hifadhi!"

Katika ulimwengu wa mapendekezo yanayoendeshwa na AI, ubunifu wa binadamu katika mashirika bado unashikilia nafasi ya juu. Ingawa zana za kidijitali zinaweza kusaidia kurahisisha kazi, mara nyingi hupuuza mambo ya kibinafsi na kubadilika tunakoleta kwa mbinu zetu. Hapa, tunadhihaki ushauri wa kawaida wa Google wa kupanga huku tukigundua ni kwa nini bado tunahitaji mbinu yetu ya kipekee ili kukabiliana na fujo na fujo. Kuanzia kujifunza kuamini silika zetu hadi kupata usawa kati ya zana na mguso wa kibinafsi, sehemu hii inaonyesha jinsi tunavyoweka mbinu zetu katikati ya masuluhisho ya teknolojia ya "sawa moja-inafaa-yote".

Nadharia Yaanza Kuwasha, Mazoezi Yanasukuma Gari

Linapokuja suala la kukaa kwa mpangilio, nadharia na mazoezi ni gia mbili muhimu ambazo lazima zifanye kazi sanjari. Nadharia hutoa “kwa nini”—sababu tunazohitaji muundo, manufaa ya nafasi ya kazi iliyoharibika, na mantiki nyuma ya mbinu za usimamizi wa muda. Walakini, nadharia pekee haiwezi kutoa matokeo. Mazoezi ndiyo yanatusukuma mbele, kugeuza dhana kuwa mazoea ya kila siku. Kama vile gari linahitaji mafuta ili kusonga, ujuzi wa shirika unahitaji matumizi ya mara kwa mara ili kuwa na ufanisi. Usawa huu kati ya kupanga na kuchukua hatua ndio unaofanya shirika kushikamana, kuliondoa kutoka kwa dhana hadi mtindo wa maisha wa kudumu.

Dhana ya Uteuzi wa Kwanza

Fikiria hatua yako ya kwanza katika safari yoyote ya shirika kama kuweka " miadi ya kwanza" na wewe mwenyewe. Kama vile umuhimu wa mwonekano thabiti wa kwanza, hatua zako za awali huweka msingi wa kila kitu kinachofuata. Hii inamaanisha kutenga muda mahususi ili kuanza juhudi za shirika lako, iwe ni kupanga faili, kupanga wiki yako, au kuondoa nafasi yako ya kazi. Kujitolea kwa hatua hiyo ya kwanza ya kukusudia huweka sauti ya mazoea yako ya shirika yanayoendelea. Kuanzisha "miadi hii ya kwanza" huanzisha mahali pa kuanzia, huku kukusaidia kuongeza kasi na kujiamini katika kujipanga.

Kuleta mpangilio katika maisha yako na nafasi ya kazi sio tu kuhusu droo nadhifu au wapangaji kamili. Inahusu kutumia mchanganyiko sahihi wa nadharia na mazoezi ili kujenga tabia za kudumu. Kwa kuthamini "uteuzi huo wa kwanza" na kuoanisha nadharia na vitendo, unajipa uwezo wa kudhibiti mazingira yako na kustawi ndani yake. Kwa mikakati hii, utaona kwamba shirika linaunga mkono mafanikio yako na ni msingi wa maisha yenye usawa, yenye tija.

Sura ya 5: Ujuzi wa Kiufundi- Kuwa Mnong'ona wa Tech katika Ulimwengu wa Kelele

Outcome – Focus
Story – Plot
Segment – Mental
Trait – Trigger

Umewahi kuhoji ni kiasi gani cha siku yako kinategemea teknolojia kufanya kazi vizuri au uwezo wako wa kukabiliana na wakati haufanyi kazi? Tunategemea sana zana hizi ili kurahisisha kazi zetu katika enzi ya sasa. Hata hivyo, wakati zana sawa zinarudi nyuma, ni sifa yetu wenyewe ambayo iko kwenye mstari. Nilijifunza somo hili kwa njia ngumu wakati simu moja ikawa mojawapo ya nyakati za aibu zaidi katika kazi yangu.

Ilikuwa asubuhi yenye shughuli nyingi. Nilikuwa nikisawazisha barua pepe na tarehe za mwisho na nikiwa na wasiwasi kuhusu kutumia mfumo mpya wa simu ambao ulikuwa umesakinishwa hivi majuzi. Nilikuwa nimechanganua mwongozo wa mtumiaji, nikidhani ningeweza kuuweka wakati nikienda. Baada ya yote, ni simu tu; inaweza kuwa ngumu kiasi gani? Mtazamo wangu wa kawaida ulidumu hadi nikaona jina kwenye kitambulisho cha mpigaji: Mkurugenzi Mtendaji.

Nilihisi msisimko wa ghafla na woga kupita katika mwili wangu. Nikashika mpokeaji; hii ilikuwa nafasi yangu ya kuvutia! Lakini badala ya kubofya kitufe kujibu, nilibonyeza... kitu kingine. Ghafla, sauti ya Mkurugenzi Mtendaji ilitoweka, nafasi yake ikachukuliwa na sauti za kutisha za muziki wetu wa kushikilia. Nikiwa nimechanganyikiwa, nilibonyeza vitufe kwa bidii ili kurejesha simu hiyo, lakini kwa namna fulani nikampeleka kwenye eneo la dodoso za ujumbe wa sauti.

Sasa, nilikuwa katika hali ya hofu kamili na nilijaribu kila kitu isipokuwa jambo sahihi la kufanya. Katika sekunde chache, meneja wangu alionekana kwenye meza yangu na sura ya kutoamini. “Ni nini kinatokea?” Aliuliza. “Mkurugenzi mkuu amesimama—mahali fulani,” nilisema kwa kigugumizi.

Hatimaye, tulilazimika kurejesha simu kupitia kiendelezi kingine, lakini uharibifu ulifanyika. Kile ambacho kingeweza kuwa kosa lisiloweza kurekebishwa kikawa wakati muhimu wa ukuaji kwangu. Jioni hiyo, niliazimia kutoruhusu teknolojia inizidi ujanja tena. Nilijiingiza kwenye mwongozo, niliendesha matukio ya mazoezi, na hata nikajaribu kila kitufe kwenye simu ili kuelewa kazi zake. Mwishoni mwa wiki, nilijua mfumo wa ndani-na imani yangu iliongezeka.

Hii ilinifundisha kwamba zana ni muhimu tu kama uwezo wetu wa kuzitumia. Umahiri wa teknolojia si ujuzi wa kiufundi pekee bali ni hitaji la kitaalamu kwa kila zana unayotumia kama fursa ya kuonyesha umahiri, kuepuka makosa na kuhakikisha mwingiliano mzuri, hasa katika nyakati za hatari.

Kutokana na tukio hilo, nilianza kukumbatia mbinu makini ya teknolojia: wakati kitu kipya kinapotokea—programu, programu, au mfumo, mimi huweka juhudi mbele na kujifunza ndani. Juhudi hizo huleta faida katika tija, taaluma, na, labda muhimu zaidi, amani ya akili.

Kwa hivyo, wakati ujao unapokutana na chombo kipya, jiulize: Je, unakidhibiti—au kinakudhibiti?

Amri Kumi za Tech (Kwa Wakati Mashine Zinapoinuka Juu Yako)

Leo, teknolojia ni muhimu kwa maisha katika viwango vya kibinafsi na vya kitaaluma. Walakini, hiyo haimaanishi kuwa haitavunjika kamwe. Iwe ni programu isiyofanya kazi vizuri, mteja aliyechochewa, au maelezo yaliyokithiri kutoka kwa idara ya TEHAMA, kudhibiti teknolojia kwa mafanikio kwa kawaida huhusisha uvumilivu, ustadi mzuri wa mawasiliano na hali ya ucheshi ya mjengo mmoja. Huu hapa ni mwongozo wa kusimamia sanaa ya usimamizi wa teknolojia kwa neema.

Zen ya Utatuzi wa Matatizo: Utatuzi Bila Kupoteza Akili

Hebu fikiria mfumo unaganda kwa ghafula huku ukiwa kwenye makataa madhubuti. Wakati kama huo, watu wengi huanza kuogopa na kuwa na hamu ya kubofya panya mara kwa mara au kuwasha tena kompyuta zao kutokana na kufadhaika. Hata hivyo, jambo linalofaa lingekuwa kuacha kwa muda badala ya kuitikia na kufikiria kwa hekima.

Ili kutatua kama mtaalamu, unahitaji kuwa na tabia tulivu ya bwana Zen. Anza kwa kuchunguza tatizo kwa utaratibu. Je, suala hilo linakuathiri wewe tu, au ni la mfumo mzima? Je, unaweza kuiga tatizo mara kwa mara, au ni la mara kwa mara? Maswali haya yataongoza hatua zako zinazofuata na kukuzuia usijaribu kwa upofu kurekebisha nasibu.

Wakati unakabiliwa na machafuko ya teknolojia:

- **Sitisha na Pumua:** Akili safi ina uwezekano mkubwa wa kutambua sababu kuu.
- **Anza Rahisi:** Washa kifaa upya, angalia nyaya, na uthibitishe muunganisho wa intaneti.
- **Andika Tatizo**: Weka madokezo kwenye ujumbe wa hitilafu au hatua zinazosababisha tatizo.
- **Enda kimkakati:** Ikiwa yote mengine hayatafaulu, nenda kwa IT, ukiwapa maelezo ya kina ili kuharakisha azimio.

Kudumisha utulivu wako kutasuluhisha suala hilo haraka na kuweka sauti ya kitaalamu ambayo inawahimiza kujiamini kwa wale walio karibu nawe.

Mteja Ni Sahihi Daima... Isipokuwa Wanapokosea Vizuri

Kila mtu anayefanya kazi katika taaluma ya usaidizi wa teknolojia amekutana na mteja ambaye ufahamu wake wa teknolojia ni, tuseme, wa kipekee. Labda wanafikiri kompyuta yao "imevunjwa" kwa sababu mwangaza wa skrini umezimwa, au wamepata ulaghai wa mtandao kama vile "kupakua RAM zaidi." Ingawa nyakati hizi zinaweza kufurahisha, jinsi unavyozishughulikia kunaweza kufanya au kuvunja uhusiano wa wateja wako.

Jambo kuu ni kusahihisha maoni potofu kwa busara. Badala ya kusema moja kwa moja, "Hivyo sivyo inavyofanya kazi," tumia lugha chanya kumwongoza mteja kwenye suluhisho sahihi. Kwa mfano:

Mteja: "Ninahitaji RAM zaidi. Unaweza kunisaidia kupakua baadhi?"

Wewe: "Hiyo ni maoni potofu ya kawaida! RAM ni sehemu halisi ya kompyuta yako, kwa hivyo inahitaji kuboreshwa mwenyewe. Acha nikuonyeshe jinsi ya kuangalia kilichosakinishwa."

Mbinu hii inathibitisha wasiwasi wa mteja wakati inawaelekeza kwenye suluhisho. Pia hupunguza kufadhaika na aibu, kujenga uaminifu na maelewano. Kumbuka, lengo si kudhihaki-ni kuwawezesha.

Kidokezo cha Bonasi: Weka orodha ya kiakili (au halisi) ya hadithi za ucheshi za wateja ili kushiriki na wenzako baada ya saa chache. Kicheko ndiyo njia bora ya kuishi siku moja katika usaidizi wa kiufundi.

Jargon Jujitsu: Kutafsiri Geek Speak kwa Wanadamu Mere

Lugha ya kiteknolojia inaweza kuhisi kama lugha ngeni kwa wasiojua, na kumshambulia mtu kwa vifupisho kama vile "API," "SSD," au "BIOS" ni njia ya uhakika ya kupoteza umakini wake. Sanaa ya kweli ya mawasiliano iko katika kufanya mawazo changamano kupatikana kwa kila mtu, bila kujali utaalamu wao wa kiufundi.

Ili kutafsiri teknolojia, kuongea kwa ufasaha, na kutumia mlinganisho na lugha inayohusiana. Kwa mfano:

Muda wa Teknolojia: "SSD ya kompyuta yako imejaa."

Tafsiri: "Fikiria kompyuta yako kama mkoba. Kwa sasa, imejaa sana hivi kwamba hakuna nafasi ya vipengee vipya. Tunahitaji kutoa baadhi ya vitu au kuboresha begi kubwa zaidi."

Analogi sio tu hurahisisha maelezo lakini pia huunda miunganisho ya kukumbukwa. Wakati wa kuelezea dhana zilizoboreshwa zaidi, kama vile masasisho ya programu au usalama wa mtandao, zingatia kwa nini badala ya jinsi. Badala ya kuzama katika michakato ya kiufundi, sisitiza manufaa ya vitendo, kama vile utendakazi bora au usalama ulioimarishwa.

Hatimaye, inasaidia kuwa na faharasa ya maneno ambayo huwa hayaeleweki vizuri. Hapa kuna karatasi ya kudanganya haraka:

Kipimo cha data: Muunganisho wako wa intaneti unaweza kushughulikia data kiasi gani, kama vile idadi ya njia kwenye barabara kuu.

Hifadhi ya Wingu: Kabati pepe ambalo faili zako huhifadhiwa mtandaoni badala ya kwenye kifaa chako.

Akiba: Kumbukumbu ya muda mfupi ya faili zinazofikiwa mara kwa mara, kama vile madokezo yanayonata kwa kompyuta yako.

Kwa mazoezi, utaweza ujuzi wa jargon jujitsu, kuhakikisha hadhira yako inabaki kushughulika na kufahamishwa bila kuhisi kulemewa.

Amri Kumi za Tech (Kwa Wakati Mashine Zinapoinuka Juu Yako)

Teknolojia ina vikwazo licha ya umuhimu wake kukua katika maisha yetu ya kibinafsi na kitaaluma. Kusogeza changamoto za teknolojia, ziwe zinaletwa na programu iliyoharibika, mteja aliyechanganyikiwa, au maelezo changamano ya IT, kunahitaji uvumilivu, ujuzi wa mawasiliano na hali ya ucheshi. Unaweza kuwa meneja wa teknolojia kwa neema kwa kufuata mwongozo huu.

Kudhibiti Mgogoro katika Enzi ya Dijitali: Kushughulikia Migogoro ya Teknolojia kwa Neema

Katika enzi ya kidijitali, miyeyuko ya kiteknolojia si swali tena la 'ikiwa' bali 'lini.' Iwe ni ajali fulani ya mfumo, ajali ya tovuti, au kutokuwepo kwa mfumo wa mtandao ofisini kote, jinsi utakavyofanya ndivyo itafafanua ufanisi wako. Kwa hili, unahitaji kuweka utulivu wako, kuwasiliana kwa usahihi, na kuchukua hatua kwa uamuzi.

Maafa yanapotokea, anza kwa kukiri. Ujumbe ulioundwa vyema kama vile, "Tunafahamu suala hili na tunalifanyia kazi," huwahakikishia wateja na wafanyakazi wenza kuwa hali imedhibitiwa. Epuka sauti za sauti na sauti rasmi kupita kiasi ambazo zinaweza kusikika kama roboti-hakuna mtu anataka kuhisi kama anasoma mwongozo wa teknolojia wakati wa shida. Ujumbe wa hila ambao ni wazi, wenye huruma, na unaolenga suluhisho ili kuhamasisha kujiamini.

Nyuma ya pazia, utatuzi wa kimbinu ni rafiki yako wa karibu. Tenga chanzo kikuu kwa kuondoa vigeuzo vinavyowezekana moja baada ya nyingine. Na mambo yanapoonekana kulemea, kumbuka: ni bora kusimamisha shughuli kwa muda kuliko kutekeleza marekebisho ya haraka ambayo yanaweza kuleta matokeo mabaya baadaye.

Kuendelea Kujifunza: Kukaa Mbele ya Njia ya Tech bila Kusafiri kwa Wakati

Teknolojia hukua kwa kasi ya ajabu, na kuifanya kuwa muhimu kubadilika na kujifunza kila mara. Kukaa mbele hakuhitaji DeLorean au ufikiaji wa mitindo ya teknolojia ya siku zijazo-ni juu ya kuwa mwangalifu na wa kimkakati.

Anza kwa kusitawisha tabia ya udadisi. Soma blogu za tasnia, hudhuria mitandao, na ujaribu zana mpya. Tenga wakati wa kukuza ujuzi, hata ikiwa ni dakika 15 tu kwa siku—majukwaa kama vile Coursera, LinkedIn Learning, na YouTube hutoa mafunzo ya ukubwa wa kuuma ili kuweka ujuzi wako kuwa bora.

Kutabiri mitindo inaweza kuonekana kama kubahatisha, lakini mara nyingi ni juu ya kutambua mifumo. Ni matatizo gani yanasuluhisha zana za sasa? Ni mapungufu gani yanabaki? Kwa mfano, kadiri kazi ya mbali inavyokua, ndivyo uvumbuzi ulivyoongezeka katika programu ya ushirikiano pepe. Kutarajia mabadiliko haya hukuruhusu kujiandaa kwa mabadiliko badala ya kuhangaika kupata.

Zaidi ya yote, kubali mawazo ya kujifunza maisha yote. Kukaa muhimu katika ulimwengu wa teknolojia sio juu ya kusimamia kila zana; ni juu ya kukaa wazi kwa ukuaji.

Vichochezi vya Akili Vinavyotoa Mdundo

Kuanzisha vichochezi vya kiakili kunaweza kuunda mdundo unaokuweka umakini na ufanisi katika machafuko ya utatuzi wa matatizo ya kiteknolojia. Zifikirie hizi kama vitufe vyako vya kuweka upya kibinafsi—utaratibu au fungu la maneno mahususi ambalo huleta uwazi mambo yanapolemewa.

Kwa mfano, pumua sana kabla ya kushughulikia kazi ngumu na kiakili ueleze hatua. Tumia viashiria vya kuona au vya kusikia kama orodha ya kucheza unayopenda au madokezo yaliyo na rangi ili kuashiria mabadiliko kati ya awamu za mradi. Vichochezi hivi huunda uthabiti, kukusaidia kukaa msingi hata katika hali za shinikizo la juu.

Umuhimu wa Utambulisho na Fikra Inferential

Mbinu yako ya teknolojia sio tu kuhusu ujuzi; ni kuhusu jinsi unavyojiona kuhusiana nayo. Je, wewe ni msuluhishi wa matatizo, mwanafunzi au mwanafikra mbunifu? Kutambua uwezo wako hukupa ujasiri wa kukabiliana na changamoto za teknolojia moja kwa moja.

Mawazo yasiyofaa ni muhimu pia. Hii inahusisha kufanya makadirio ya elimu kulingana na maelezo yanayopatikana, ujuzi muhimu hasa katika utatuzi. Kwa mfano, ikiwa tovuti haipakii, tambua kama ni mtandao, tatizo la seva au hitilafu ya kivinjari. Kuchanganya mantiki na angavu kunaweza kuokoa wakati na kufadhaika.

Mitandao ya Kijamii Tightrope: Kutembea Mstari Kati ya Mtaalamu na Mtindo

Kudhibiti mitandao ya kijamii katika mpangilio wa kitaalamu ni kama kutembea kwenye kamba inayobana—unahitaji kusawazisha umuhimu na ucheshi bila kupoteza utambulisho wa chapa yako. Sio tu juu ya kuchapisha yaliyomo; inahusu kuunda hali ya kidijitali ambayo inafanana na hadhira yako huku ikikaa ikipatana na maadili ya shirika.

Jambo kuu ni kubaki kitaaluma huku ukikumbatia mitindo inayovutia umakini. Kwa mfano, kutumia meme maarufu kunaweza kuwa na ufanisi lakini kunahitaji utekelezaji wa busara. Meme inayohusiana kuhusu "Jumatatu blues" inaweza kuwa sawa kwa Twitter, lakini kuichapisha kwenye LinkedIn-ambapo sauti ni rasmikunaweza kutuma ujumbe usio sahihi. Vile vile, kushiriki mazungumzo ya kuchekesha kwenye jargon ya tasnia kunaweza kuleta ubinadamu chapa yako, lakini epuka kujitosa katika mada ambazo zinaweza kuwatenganisha hadhira yako.

Makosa, kama vile kuchapisha maoni ya kibinafsi kwa bahati mbaya au maudhui ya kawaida kupita kiasi kwenye akaunti za shirika, yanaweza kuwa ghali. Kuweka mipaka iliyo wazi na kuunda mchakato wa kukagua maudhui husaidia kuzuia hitilafu hizi. Kumbuka, kila chapisho ni onyesho la sifa ya kampuni, kwa hivyo karibia mitandao ya kijamii kwa sehemu sawa za ubunifu na tahadhari.

Usalama wa Data Ninja: Kulinda Habari Bila Kuwa Paranoid

Katika ulimwengu wa kisasa wa kidijitali, kulinda data hakuwezi kujadiliwa, hata hivyo si lazima kumaanisha kuishi katika paranoia. Kuwa "ninja wa usalama wa data" kunahusisha kuchukua hatua za vitendo ili kulinda taarifa nyeti bila kutumia mienendo mikali kama vile kuunda manenosiri ya herufi 50 usiyoweza kukumbuka.

Anza na mbinu za kimsingi: tumia uthibitishaji wa vipengele vingi, sasisha programu mara kwa mara na uepuke kubofya viungo vinavyotiliwa shaka. Zana za kudhibiti nenosiri pia zinaweza kuunda manenosiri thabiti na ya kipekee bila kutoza kumbukumbu yako ushuru. Fikiria vishazi badala ya mfuatano wa nasibu wa herufi na nambari—kwa mfano, “L3tM3In2024!” ni nguvu na rahisi kukumbuka.

Kuelimisha wafanyakazi kuhusu ulaghai wa kuhadaa ili kupata maelezo ya kibinafsi na kuhimiza utamaduni wa kuwa waangalifu kunaweza kupunguza hatari kwa kiasi kikubwa. Kwa mfano, ikiwa barua pepe ya "Usaidizi wa IT" itaomba vitambulisho vya kuingia, wafunze wafanyakazi kuthibitisha chanzo kabla ya kujibu.

Ingawa unapaswa kuchukua usalama kwa uzito, epuka kufanya mambo kuwa magumu zaidi. Mifumo iliyoratibiwa, itifaki wazi, na mbinu tulivu, iliyopangwa hurahisisha kupata data kwa kila mtu katika shirika.

The Hardware Whisperer: Coaxing Ushirikiano Kutoka kwa Mashine Waasi

Vifaa vya ofisi kama vile vichapishi na vichanganuzi mara nyingi hukuza akili zao wenyewe. Kuwa "mnong'onezi wa maunzi" ni kuhusu kumiliki sanaa nzuri ya kubembeleza ushirikiano kutoka kwa mashine hizi za uasi bila kuzivunja vipande vipande.

Kwanza, jifunze misingi ya utatuzi. Je, kichapishi kinapokataa kuchapisha, ni nje ya karatasi, haina tona, au haijapangwa vibaya? Ukaguzi huu rahisi mara nyingi unaweza kutatua tatizo kwa haraka zaidi kuliko simu kwa IT. Pili, fahamu miongozo ya watumiaji—zinaweza zisiwe za kusisimua, lakini ni hazina za suluhu.

Kipengele kingine muhimu ni kudumisha vifaa. Kusafisha mara kwa mara, masasisho ya programu na ufuatiliaji wa matumizi kama vile wino au tona husaidia kuzuia matatizo ya kawaida. Na matatizo yanapotokea, tulia; kuzima kifaa na kuwasha hutatua masuala zaidi kuliko vile ungetarajia.

Hatimaye, sitawisha matambiko ya kuridhisha "miungu wachapaji." Hii inaweza kumaanisha kupanga nyaya kwa uzuri au kuweka lebo kwenye bandari kwa uwazi ili kuzuia mkanganyiko. Ucheshi kidogo huenda kwa muda mrefu katika kudhibiti kufadhaika kunaweza kusababisha vifaa hivi.

Kudhibiti Mgogoro katika Enzi ya Dijitali: Kushughulikia Migogoro ya Teknolojia kwa kutumia Neema

Kudumisha utulivu ni jambo la msingi wakati mifumo inapoharibika, tovuti zinapopungua au intaneti inaposimama bila kutarajiwa. Udhibiti wa migogoro katika enzi ya kidijitali unahitaji utaalamu wa kiufundi na akili ya kihisia ili kukabiliana na machafuko hayo kwa uzuri.

Hatua ya kwanza ni kukiri suala hilo mara moja. Tengeneza ujumbe wa kutia moyo kwa washikadau ambao unasawazisha uwazi na mamlaka tulivu. Epuka maneno ya maneno au maelezo ya kiufundi kupita kiasi—wateja na wafanyakazi wenza wanahitaji uwazi, wala si kuchanganyikiwa.

Ifuatayo, fuata utaratibu wa utatuzi uliopangwa. Anza na maelezo rahisi zaidi (k.m., kuangalia miunganisho ya nguvu) kabla ya kuendelea na uchunguzi changamano zaidi. Ijulishe timu na ukabidhi majukumu ili kuepuka vikwazo.

Labda muhimu zaidi, dhibiti hali ya kihemko. Mkazo unaweza kuzidisha mivutano, kwa hivyo ongoza kwa mfano: tulia, kudumisha umakini, na kuhimiza suluhisho. Shida moja iliyoshughulikiwa vizuri inaweza kujenga imani kwa uongozi wako, ikionyesha kuwa meli inasalia thabiti licha ya janga la kidijitali.

Kuendelea Kujifunza: Kukaa Mbele ya Njia ya Tech bila Kusafiri kwa Wakati

Teknolojia inabadilika kwa kasi ya kukata, na kukaa muhimu kunahitaji kujifunza mara kwa mara. Kwa bahati nzuri, hauitaji mashine ya wakati - kujitolea tu kwa ukuaji.

Anza kwa kutenga muda wa kawaida wa kukuza ujuzi. Hii inaweza kuhusisha kozi za mtandaoni, kuhudhuria mitandao, au blogu za sekta ya kusoma. Zingatia matumizi ya vitendo: kujifunza kipengele kipya cha programu au kuelewa mitindo ibuka ya teknolojia inayohusiana na jukumu lako.

Kutabiri mienendo bila mpira wa kioo ni changamoto lakini inawezekana. Fuata viongozi wenye mawazo katika tasnia yako, jihusishe na mijadala, na ushiriki katika jumuiya za teknolojia ili kupata maarifa. Zaidi ya hayo, badilisha msingi wako wa maarifa. Kwa mfano, mtaalamu wa uuzaji anaweza kufaidika kutokana na ujuzi wa msingi wa kuweka usimbaji, ilhali mtaalamu wa TEHAMA anaweza kuchunguza muundo wa uzoefu wa mtumiaji.

Kujifunza kwa kuendelea sio lazima kuwa balaa. Ikaribie kama fumbo: kipande kimoja kidogo kwa wakati mmoja. Utakaa mbele ya safu kwa bidii thabiti na ujiweke kama mtaalamu anayebadilika na anayefikiria mbele.

Vichochezi vya Akili Vinavyotoa Mdundo

Wakati wa kushughulikia majukumu mengi, vichochezi vya kiakili vinaweza kusaidia kuanzisha mdundo, na kufanya kazi kuhisi kudhibitiwa zaidi. Kichochezi cha kiakili ni kitu chochote - kawaida, ishara ya kuona, au sauti - ambayo inaashiria kuwa ni wakati wa kuhamisha gia au kuzingatia tena.

Kwa mfano, kishazi rahisi kama "hatua ya kwanza, hatua ya pili" kinaweza kukuandalia kiakili kwa kuvunja kazi ngumu katika hatua ndogo. Vile vile, kuweka kengele au kutumia vipangaji vilivyo na alama za rangi kunaweza kutoa ukumbusho wa kuona wa kile kinachohitaji kuzingatiwa.

Vichochezi hivi huunda uthabiti katika utendakazi wako, hukuweka msingi na ufanisi hata chini ya shinikizo. Kwa kuzijumuisha katika utaratibu wako, unaweza kuabiri machafuko ya utatuzi wa matatizo ya kiteknolojia kwa ujasiri na uwazi.

Umuhimu wa Utambulisho na Fikra Inferential

Mbinu yako ya teknolojia sio tu onyesho la ujuzi wako bali pia mtazamo wako binafsi. Kutambua kama msuluhishi wa matatizo au mvumbuzi hukupa ujasiri wa kukabiliana na changamoto za teknolojia moja kwa moja.

Fikra duni ni ujuzi muhimu hapa. Inajumuisha kufanya hitimisho la kimantiki kulingana na habari isiyo kamili-lazima iwe nayo kwa utatuzi. Kwa mfano, ikiwa programu haifanyi kazi, fahamu ikiwa inatokana na muunganisho, uoanifu au hitilafu ya mtumiaji. Mchanganyiko huu wa angavu na mantiki hukuruhusu kushughulikia maswala kwa ufanisi, kuokoa wakati na kufadhaika.

Kukuza mtazamo huu hubadilisha jinsi unavyojihusisha na teknolojia, na kuifanya iwe ya kuogopesha na kuwezesha zaidi. Kwa kuelewa uwezo wako na kukuza uwezo wako wa kupata suluhu, unaweza kukabiliana na changamoto yoyote ya teknolojia kwa urahisi.

"Basi Nini?" Hitimisho: Kwa nini Tech Savvy ni Silaha Yako ya Siri

Kuboresha ujuzi wa kiufundi si tu kuhusu kuepuka aibu au kurekebisha makosa-ni kuhusu kuwa jambo la lazima. Wataalamu waliobobea katika teknolojia huboresha huduma kwa wateja kwa kusuluhisha masuala haraka, kuboresha ufanisi kwa kurahisisha michakato na kuokoa siku wakati wa majanga ya kidijitali.

Unapojua ujuzi huu, unajiweka kama mtu wa kwenda kwa kutatua matatizo na kubadilisha mabadiliko. Sio tu kujua la kufanya; ni juu ya kuweka imani kwa wengine.

Uaminifu huo hukubadilisha kutoka kwenye mashine hadi kuwa shujaa machoni pa timu yako.

Kona ya CAMPY: Kukumbatia Geek Yako ya Ndani (Au Technophobe ya Kuvutia)

Sio kila mtu ni mchawi wa teknolojia, na hiyo ni sawa. Kukumbatia uhusiano wako na teknolojia—iwe wewe ni gwiji anayejitangaza mwenyewe au teknofobu ya kuvutia—kunaweza kuwa nguvu.

Chukua, kwa mfano, hitilafu ya kustaajabisha ya mfanyakazi mwenza ambaye kwa bahati mbaya aliwezesha sahihi ya barua pepe ya ofisi kucheza sauti ya paka na kila ujumbe unaotoka. Badala ya hofu, waliigeuza kuwa wakati wa unyenyekevu, na kuthibitisha kwamba wakati mwingine, glitches inaweza kutufanya wanadamu.

Tumia mtindo wako wa kipekee wa mwingiliano na teknolojia. Ikiwa wewe ni mwangalifu, unaweza kuangaza katika usimamizi wa hifadhidata. Ikiwa wewe ni mtu mwenye taswira kubwa, unaweza kufaulu katika kutambua mapungufu ya mchakato. Muhimu ni kufanya kazi na mielekeo yako badala ya kupingana nayo.

Google Duel: "Hey Google, Je, Nitakuwaje Mtaalamu wa Tech? Hapana, Sitaki Kuacha Kazi Yangu na Kujiunga na Kuanzisha!"

Katika enzi ambapo Google ina jibu kwa kila kitu, kutegemea algoriti kwa ushauri wa teknolojia ni jambo la kuvutia. Lakini ingawa injini za utafutaji ni nzuri kwa marekebisho ya haraka, utaalamu wa kweli unatokana na ubunifu na angavu.

Zingatia changamoto ya kuweka mtiririko wa kazi kiotomatiki. Ingawa Google inaweza kupendekeza msururu wa programu, ni binadamu pekee anayeweza kupima nuances—kama vile ikiwa zana zinalingana na mtindo wa timu yako au kuunganishwa na mifumo iliyopo.

AI inaweza kutabiri mienendo au makosa ya utatuzi lakini haiwezi kuchukua nafasi ya mguso wa kibinadamu. Wakati ujao utakapojaribiwa kuruhusu Google ifanye kazi yote nzito, kumbuka: ni zana, si suluhu.

Jinsi Tunavyofanya Kazi Ndani ya Machafuko

Machafuko hayaepukiki, lakini jinsi tunavyoyapitia huamua matokeo yetu. Mifumo inapoacha kufanya kazi, au changamoto zisizotarajiwa zinapotokea, uwezo wa kubaki watulivu na utaratibu hutofautisha timu zilizofanikiwa.

Kukuza utamaduni wa kubadilika ndani ya timu yako kunaweza kuwa na athari za kudumu. Himiza mawasiliano ya wazi, ambapo matatizo yanaonekana kama fursa za ukuaji badala ya kushindwa. Sherehekea nyakati za werevu zinazotokana na hali za shinikizo la juu-hizo mara nyingi ni mbegu za uvumbuzi.

Kuipiga Chini

Majukumu changamano ya kiufundi yanaweza kuhisi kulemea, lakini kuyagawanya katika hatua ndogo huyafanya yaweze kudhibitiwa. Mbinu hii, inayojulikana kama "chunking," inahusisha kugawanya tatizo katika sehemu zinazoweza kusaga.

Kwa mfano, tuseme una jukumu la kuhamisha timu hadi programu mpya ya usimamizi wa mradi. Anza na hatua ya kwanza: kujitambulisha na chombo. Kisha, tengeneza mpango wa mafunzo. Kisha, panda kikundi kidogo kwa majaribio kabla ya kukisambaza kwa timu nzima. Kila kipande hujengwa juu ya mwisho, na kuunda kasi bila kulemea wewe au wengine.

Kwa ujuzi wa kugawanya, unarahisisha kazi na kufanya maendeleo yaonekane—kichochezi muhimu kwako na kwa timu yako.

Katika mazingira yanayoendelea kubadilika ya teknolojia, uwezo wa kudhibiti majanga, kukumbatia ujifunzaji unaoendelea, na ugumu wa kusogeza ni muhimu sana. Ujuzi huu sio tu kutatua matatizo; wanafafanua taaluma, kujenga uaminifu, na kuweka njia ya uvumbuzi.

Iwe wewe ni gwiji dijitali au technophobe iliyochanganyikiwa kwa kuvutia, mtazamo wako wa kipekee una thamani. Kukumbatia, kukabiliana na changamoto, na kumbuka: katika enzi ya kidijitali, si kuhusu kuepuka machafuko bali kustawi ndani yake.

Sura ya 6: Upinzani wa Dhiki- Zen na Sanaa ya Kutokupoteza Hali Yako ya Kustaajabisha

Outcome – Harmony
Story – Continuity
Segment – Banter
Trait – Conscience

Mkazo ni jambo moja la mara kwa mara ambalo kila mtu hukabili katika maisha yake, bila kujali taaluma yake, umri, au hali. Mkazo haubagui; inatupata katika mikutano yenye shinikizo kubwa, msongamano wa magari, au hata katika usumbufu mdogo kabisa, kama vile kumwaga kahawa kwenye mashati yetu kabla ya wasilisho. Jinsi tunavyoitikia mfadhaiko kunaweza kutufanya au kutuvunja moyo. Baadhi hubomoka chini ya uzito wake, wakati wengine huweza kuibadilisha kuwa chombo cha ustahimilivu na ukuaji. Stress yenyewe sio mbaya. Ni ishara kwamba kuna jambo muhimu kwetu. Kinachotufafanua kweli ni jinsi tunavyoishughulikia.

Fikiria kukumbatia mafadhaiko yako, kupata ucheshi katika machafuko, na kugeuza mvutano kuwa fursa za muunganisho. Vema, hivyo ndivyo vilivyonipata katika siku hiyo ya kawaida ambayo iliingia dosari haraka katika somo lisiloweza kusahaulika la kushughulikia kwa upole mfadhaiko kwa ucheshi.

Ilikuwa Jumanne asubuhi yenye jua kali, na kila kitu kilionekana kuwa cha kawaida, au kawaida kama inavyoweza kuwa katika mazingira ya huduma kwa wateja. Simu zilikuwa zikiita; kibodi walikuwa wakibofya. Kisha ikaja simu.

Mteja kwa upande mwingine hakukasirika tu; alikasirika, akimimina malalamiko kwenye sikio langu lisilo na wasiwasi. Lilikuwa kosa dogo tu, lakini majibu yalikuwa kana kwamba apocalypse ilikuwa imewashukia. Nilijaribu uchezaji wangu wa kawaida: kuhurumia, kuomba msamaha, na kuahidi azimio baada ya muda mfupi. Hiyo haikuonekana kukata. Mteja alikuwa mchoyo na alionyesha kufadhaika sana hivi kwamba iliniacha nikitafuta suluhu ambazo zilionekana kuwa hazipo.

Kwa kawaida, hili lingenifanya niwe na wasiwasi mwingi, wasiwasi wangu ukapanda hadi kufikia juu sana huku nikijaribu sana kutuliza hali hiyo. Lakini siku hiyo kila kitu kilikuwa tofauti. Badala ya kukubali shinikizo lililoenea kila mahali, niliona jambo fulani kuhusu malalamiko ya mteja. Alizungumza kwa mafumbo. Moja ya rangi zaidi kuliko inayofuata. Alisema mfumo wetu wa malipo ulikuwa kama "meli inayozama" na "farasi wa miguu mitatu katika mbio." Niliposikiliza, jambo ambalo halikutarajiwa lilitokea—nilihisi tabasamu likivuta pembe za mdomo wangu.

Waliposhika pumzi zao, nilichukua nafasi. Niliegemea katika sitiari yao na kusema, "Unajua, sijawahi kuwa na mfumo wetu wa utozaji unaofafanuliwa kama farasi wa miguu mitatu. Hiyo ni picha kabisa. Je, unajali nikiiba laini hiyo kwa ajili ya kusimama kwangu tena?" Pause ya muda mrefu ilianza upande wa pili wa mstari, na mimi kujiandaa. Je, nilikuwa nimevuka mipaka?

Nilifarijika, mteja aliachia kicheko. "Naam, nadhani inafaa," alisema, sauti yake ni laini zaidi. Nikiwa nimetiwa moyo, niliongeza, "Una zawadi ya mlinganisho. Ikiwa nitawahi kuchukua vichekesho vya kusimama-up, huenda nitakushukuru kama mwandishi mwenza wangu."

Tulibadilisha gia. Mjadala mkali kati yetu uligeuka kuwa mjadala wa kufurahisha. Tuliweza kutatua tatizo la bili; Nilitoa mkopo mdogo wa nia njema ili kufidia maumivu ya kichwa. Mwisho wa simu hii, mteja alikuwa akicheka na kunishukuru.

Nilikata simu huku wenzangu wakinitazama kwa kutoamini. “Ulifanyaje hivyo?” mmoja wao aliuliza. "Mtu huyo alikasirika!" Nilishtuka, nikiwa bado juu kutokana na mwingiliano huo. "Nadhani niliona tu upande wa ucheshi."

Siku hiyo, nilijifunza somo muhimu: hatupaswi kuruhusu mkazo ututawale. Tunaweza kubadilisha nishati kwa kubadilisha mtazamo wetu, hata katika hali ya machafuko zaidi. Tunaweza kutumia ucheshi kama silaha ya siri kuungana na wengine, kutuliza mvutano na kudhibiti viwango vyetu vya mafadhaiko. Ilikuwa ni kutumia ucheshi kuleta uelewano na utulivu badala ya kupunguza uzito wa hali hiyo.

Tangu wakati huo, nimetumia mtazamo huu kwa kila hali yenye mkazo. Uwezo wa kupata ucheshi hauondoi mkazo lakini unaweza kubadilisha jinsi tunavyoibeba. Vicheko vinatukumbusha ubinadamu wetu kwamba hata katika machafuko, daima kuna nafasi ya kuunganisha na kupumzika. Wakati wowote ninapokuwa katika wakati wa kufadhaika, mimi hujiuliza, "Ni jambo gani la kuchekesha zaidi kuhusu hali hii?" Mara nyingi zaidi kuliko sivyo, swali hilo pekee linatosha kuleta hali ya utulivu na uwazi.

Amri Kumi za Kuondoa Mfadhaiko (Kwa Wakati Uko Jicho Moja Limetoka Kulipoteza)

Mfadhaiko ni sehemu ya maisha isiyoepukika, ambayo mara nyingi hutiwa chumvi kupitia mazingira magumu ya kazi, makataa ya karibu, na shida za kibinafsi. Ingawa hatuwezi kuondoa mfadhaiko, athari inayopata katika ustawi wetu na tija si lazima iwe hivi. Mikakati madhubuti pamoja na mawazo thabiti husaidia kubadilisha mfadhaiko kuwa fursa ya ukuaji, muunganisho na hata ucheshi.

Zifuatazo ni amri kumi za mfadhaiko, zilizojaa akili ya kawaida na ucheshi kidogo ili kukuongoza katika nyakati ngumu zaidi maishani:

Pumzi ya Uhai: Kujua Sanaa ya Sio Kupumua hewa kupita kiasi

Kupumua sahihi ndio msingi wa udhibiti wa mafadhaiko, lakini mara nyingi tunasahau nguvu zake. Tunapofadhaika, kupumua kwetu kunakuwa kwa kina. Hunyima ubongo oksijeni na kufanya mambo kuwa mabaya zaidi. Ili kukabiliana na hili, fanya mazoezi ya kupumua kwa diaphragmatic. Pumua kwa hesabu ya nne, shikilia kwa nne, na pumua kwa sita. Rhythm hii hutuliza mfumo wa neva na husaidia kukutia nanga katika wakati huu. Ili kupunguza mfadhaiko kwa busara, jaribu yoga ya mezani: mizunguko michache ya shingo laini au kunyoosha mabega inaweza kutoa mvutano wa kimwili bila kuwatisha wafanyakazi wenzako. Ni nani anayejua, unaweza kuwahimiza wajiunge badala ya kupotosha hatua zako kwa kitu kikubwa zaidi.

Kituo cha Kutafakari: Kupata Utulivu Wako wa Ndani katika Machafuko ya Cubicle

Huna haja ya kurudi juu ya mlima au vijiti vya uvumba ili kutafakari. Ni rahisi kama pause ya kuzingatia. Programu kama vile Calm au Headspace hutoa tafakari zinazoongozwa ambazo zinaweza kufanywa kwa muda wa dakika tano. Ikiwa uko katika ofisi yenye shughuli nyingi, funga tu macho yako na uzingatia mdundo wa pumzi yako. Kidokezo cha bonasi: piga mkao wa kustaajabisha unapotafakari—inaongezeka maradufu kama ishara ya "usisumbue" na inaweza hata kuwafanya watu wafikirie kuwa unafikiria sana mkakati wa kampuni.

Alchemy ya Kihisia: Kugeuza Kuchanganyikiwa Kuwa Mafuta

Mkazo unaweza mara nyingi kuhisi kama dhoruba ya hisia hasi, lakini kwa mazoezi kidogo, unaweza kubadilisha hisia hizi kuwa kitu muhimu. Anza kwa kukubali hisia zako badala ya kuzikandamiza. Jiulize: ni nini sababu kuu ya kufadhaika kwangu? Tumia maarifa haya kama kichocheo cha hatua chanya. Kwa mfano, ikiwa mradi unasababisha mfadhaiko, elekeza nishati hiyo kwenye masuluhisho ya mawazo. Baada ya muda, mazoezi haya husababisha matokeo ya kushangaza: unaweza kujipata ukiwa na furaha isivyo kawaida wakati wa changamoto, na kuwaacha wengine wakishangaa ikiwa umegundua mbinu fulani ya kichawi ya kukabiliana na hali hiyo.

Nguvu ya Hapana: Kuweka Mipaka Bila Kuchoma Madaraja

Kusema "hapana" ni ujuzi muhimu wa kudhibiti mkazo, lakini inaweza kuwa changamoto, hasa katika mazingira ya kitaaluma. Ujanja ni kuweka mipaka kwa huruma. Badala ya kukataa kabisa, jaribu: "Ningependa kusaidia, lakini nina uwezo sasa hivi. Hebu turudi nyuma baadaye." Hili halilinde tu wakati wako bali pia linaonyesha ufikirio kwa wengine.

Kwa kujifunza kuweka kipaumbele kazi na ahadi zako, utapunguza msongamano bila kuwatenga wenzako au marafiki.

Utawala wa Usimamizi wa Wakati: Kukunja Mwendelezo wa Muda wa Nafasi (Aina ya)

Muda una kikomo, lakini unaweza kufaidika zaidi na mikakati mahiri. Anza kwa kupanga kazi kwa kutumia Eisenhower Matrix, ambayo hukusaidia kuziainisha kwa uharaka na umuhimu. Gawanya miradi mikubwa katika hatua ndogo, zinazoweza kutekelezeka, na upange vizuizi vya muda mahususi vya kazi inayolenga. Zana kama vile vipima muda au programu zinaweza kukusaidia kufuatilia. Unapodhibiti wakati wako kwa ufanisi, utaona huhitaji kutegemea kafeini au miujiza ili kufikia tarehe za mwisho.

Kikosi cha Usaidizi: Kuunda timu yako ya A-ya Kupunguza Mkazo

Hakuna mtu anayeweza kukabiliana na mafadhaiko peke yake, na kujenga mfumo wa msaada ni muhimu. Tambua wenzako wanaoleta chanya na kutegemewa kwenye jedwali—"timu yako ya A-ya kupunguza mfadhaiko." Hizi zinaweza kujumuisha mtaalamu wa ofisi (msikilizaji mwenye huruma), mcheshi (ambaye hupunguza hisia), na mtoaji wa vitafunio (kwa sababu wakati mwingine, vitafunio ndio mashujaa halisi). Utakuza uaminifu, ushirikiano, na hali ya uthabiti wa pamoja kwa kuegemea kikosi chako katika nyakati ngumu.

Urekebishaji wa Mawazo: Kuunda upya Mkazo kama Guru Lako la Kukuza Kibinafsi

Mkazo sio lazima uwe adui yako; inaweza kuwa mwalimu. Kuweka upya changamoto kama fursa za ukuaji hubadilisha mtazamo wako kutoka kwa hofu hadi uamuzi. Unapokabiliwa na hali ngumu, badilisha mawazo kama

"Siwezi kufanya hivi" na "Ninaweza kujifunza nini kutoka kwa hili?" Mtazamo huu hupunguza uzito wa kihisia wa dhiki na hujenga ujasiri wako na ujasiri kwa muda.

Sanaa ya Kujitenga: Kujali kwa Kina Bila Kuzama

Kuwa na shauku juu ya kazi yako ni ya kupendeza, lakini kujitambulisha nayo kupita kiasi kunaweza kusababisha uchovu. Ili kudumisha usawa, fanya mazoezi ya kujitenga. Jikumbushe kwamba kazi yako ni kipengele kimoja cha utambulisho wako, si ukamilifu wake. Weka mipaka iliyo wazi, kama vile kutoangalia barua pepe baada ya saa, na uunde matambiko yanayoashiria mwisho wa siku ya kazi. Nafasi ya kazi iliyojitolea inaweza kusaidia kuchora mstari kati ya maisha ya kitaaluma na ya kibinafsi ikiwa unafanya kazi nyumbani.

Ucheshi kama Silaha: Kucheka Katika Uso wa Machafuko

Wakati dhiki inapiga, ucheshi unaweza kuwa silaha yako ya siri. Kicheko sio tu hupunguza viwango vya cortisol lakini pia huongeza uhusiano na chanya. Shiriki mzaha mwepesi, simulia tukio la kuchekesha, au tafuta tu upuuzi katika hali zenye mkazo. Kwa mfano, teknolojia inapofeli sana—kama vile printa ya ofisi yako inaposongamana kwa mara ya kumi—ifikirie kama tabia potovu kwenye sitcom. Ucheshi husaidia kubadilisha mhemko na hukumbusha kila mtu kuwa hakuna shida isiyoweza kushindwa.

Kujitunza Sio Ubinafsi: Kukuza Ubinafsi wako unaostahimili Mkazo

Hatimaye, weka kipaumbele cha kujitunza kama sehemu isiyoweza kujadiliwa ya utaratibu wako. Kujitunza hujaza akiba yako ya kiakili na kihisia, iwe ni matembezi ya utulivu, kuoga kwa kutuliza, au hobby unayopenda. Sio juu ya kujiingiza kupita kiasi lakini kuunda tabia endelevu kusaidia ustawi wako. Kumbuka, kujitunza sio kufaa kwako tu—pia hukufanya kuwa na ufanisi zaidi katika kusaidia wengine.

Kusawazisha Sayansi na Neema

Udhibiti wa dhiki sio tu kuhusu mbinu; ni juu ya kupata maelewano kati ya masuluhisho ya vitendo na mawazo yenye neema. Kwa kuchanganya mikakati inayoungwa mkono na sayansi na mtazamo wa huruma kwako na kwa wengine, unaweza kujenga maisha ya kustahimili, yanayostahimili mafadhaiko. Ukiwa na amri hizi kwenye ghala lako la silaha, hata changamoto ngumu zaidi huwa fursa za kukua, kucheka, na kustawi.

"Basi Nini?" Hitimisho: Kwa nini Upinzani wa Dhiki ni Nguvu Yako Kuu

Mfadhaiko ndiye mwovu katika hadithi ya maisha ya kisasa, lakini kustahimili upinzani wa mafadhaiko kunaweza kukufanya kuwa shujaa wa maisha halisi. Unapostahimili mfadhaiko, faida huenea katika kila nyanja ya maisha yako. Utendaji ulioimarishwa wa kazi unakuwa bidhaa ya asili; unapokuwa mtulivu chini ya shinikizo, unakuwa na vifaa vyema zaidi vya kufanya maamuzi, kutatua matatizo, na kukabiliana na migogoro kwa uwazi na utulivu. Uwezo wako wa kujibu badala ya kuguswa hukubadilisha kuwa mtu wa kwenda kwa mtu wakati wa shida, na hivyo kukupa heshima na uaminifu kutoka kwa wenzako na wateja.

Faida zinaenea zaidi ya kuta za ofisi. Unaposhughulikia mfadhaiko kuhusiana na afya, kupungua kwa sababu za hatari zinazohusiana na hali za mkazo sugu, kama vile ugonjwa wa moyo, wasiwasi, au kukosa usingizi, huonekana katika mtazamo wako wa kimwili na kiakili. Pia husaidia kufungua milango yote, na kusababisha maisha tajiri zaidi, ya kufurahisha zaidi bila wasiwasi wa mara kwa mara, kuonyesha wengine inaweza kushughulikiwa kwa neema kubwa. Katika ulimwengu uliojaa sumaku za mafadhaiko, kuwa kinara wa utulivu sio tu ushindi wa kibinafsi-ni nguvu kuu ambayo inaweza kuwahimiza wale walio karibu nawe kufanya vivyo hivyo.

Kona ya CAMPY: Kukumbatia Mpira Wako wa Mfadhaiko wa Ndani (Au Mwalimu wa Zen)

Sio kila mtu anakaribia mkazo kwa njia ile ile. Baadhi ya watu ni kama mipira ya mkazo, inayochukua mkazo na kisha kulipuka na kuwa na hofu au tija. Wengine ni mabwana wa Zen, wanaonekana kutoathiriwa na machafuko yanayowazunguka. Mbinu zote mbili zina sifa zake; Ujanja wa kweli ni kujifunza kufanya kazi na mielekeo yako ya asili badala ya dhidi yao.

Mfikirie mfanyakazi mwenzako ambaye, katikati ya tarehe ya mwisho iliyokaribia, alichagua kituko cha hali ya juu, kilicho na madokezo yenye alama za rangi yanayofunika kila eneo la meza. Kilichoonekana kama msukosuko kiligeuka kuwa mfumo mzuri wa shirika ambao uliokoa mradi. Kwa upande mwingine, mfanyakazi mwenza aliyetulia daima anaweza kuwa na mambo yake binafsi, kama vile kuchukua mapumziko ya kutafakari ya dakika tano ya papo hapo kwenye kabati la usambazaji bidhaa.

Mifano hii inaangazia ukweli muhimu: hakuna mbinu ya usawa-inafaa-yote ya kudhibiti mafadhaiko. Jambo kuu ni kupata kile kinachofaa kwako na kukumbatia bila uamuzi. Hata "mlipuko wa mpira wa mkazo" wa mara kwa mara unaweza kusababisha suluhisho za ubunifu ikiwa uko wazi kuona ucheshi na ubunifu katika machafuko.

Google Duel: "Hey Google, Je, Nitafadhaikaje? Hapana, Sitaki Kupakua Programu Nyingine ya Kutafakari!"

Sote tumehudhuria—tukiandika "jinsi ya kuhangaika" kwenye mtambo wa utafutaji ili tu kujazwa na ushauri wa kawaida wa kupakua programu nyingine ya kutafakari au "kutembea tu." Ingawa mapendekezo haya si mabaya kwa asili, mara nyingi hukosa nuance na ubinafsishaji unaohitajika ili kushughulikia mafadhaiko ya mtu binafsi.

Fikiria ikiwa AI ilijaribu kushughulikia mafadhaiko kwa ajili yako. "Je, una siku mbaya? Hii hapa orodha ya kucheza ya sauti za nyangumi." Au mbaya zaidi, "Kulingana na historia yako ya kuvinjari, unaweza kufurahia tafakari hii iliyoongozwa kuhusu maandalizi ya kodi." Ingawa zikiwa na nia njema, suluhu hizi zinazoendeshwa na algorithm mara nyingi hukosa alama kwa sababu hazina mguso wa kibinadamu-uwezo wa kucheka upuuzi, kukabiliana na kuruka, na kuunda mikakati ya kipekee.

Udhibiti wa kweli wa mafadhaiko ni juu ya kugusa ubunifu wako na ustadi. Ni kuhusu kujua wakati wa kuacha ushauri wa kukata vidakuzi na kufanya jambo lisilo la kawaida, kama vile kuchukua mapumziko ya haraka ya dansi au kumpumzisha rafiki unayemwamini kwenye kahawa. AI inaweza kuwa nzuri kwa vikumbusho na mapendekezo, lakini uwezo wa binadamu wa kupata ucheshi, muunganisho, na uvumbuzi utashinda pambano la kudhibiti mafadhaiko kila wakati.

Kuwa Mhandisi Makini wa Maisha Yako

Kudhibiti mfadhaiko sio tu kuguswa na kile ambacho maisha yanakuletea—ni kuhusu kubuni majibu yako kwa makini. Jifikirie kama mhandisi wa maisha yako, ukijenga msingi wa tabia na mikakati inayosaidia ustahimilivu. Anza kwa kutambua vichochezi vyako vya mfadhaiko. Je, zinatokana na shinikizo la wakati, migogoro kati ya watu, au hofu ya kushindwa? Baada ya kujua vichochezi vyako, unaweza kuunda mifumo ya kuvishughulikia.

Kwa mfano, ikiwa tarehe za mwisho zinakusisitiza, tumia mbinu za kuzuia wakati ili kupanga siku yako. Ikiwa mazungumzo magumu ni chanzo cha wasiwasi, jizoeze kusikiliza kwa makini na stadi za mawasiliano za uthubutu. Kuunda mikakati hii katika utaratibu wako wa kila siku hukusaidia kukaa msingi, hata changamoto zinapotokea.

Zaidi ya hayo, kumbuka kuwa uhandisi maisha yako sio tu juu ya kuondoa mafadhaiko - ni juu ya kukumbatia fursa zinazotolewa. Mkazo unaweza kuwa kichocheo chenye nguvu, kinachokusukuma kukua na kufanikiwa. Unageuza mkazo kutoka kwa mhujumu kuwa mshirika kwa kuunda majibu yako kwa uangalifu.

Mbinu ya Tafakari ya Kudhibiti Mfadhaiko

Tafakari ni zana yenye nguvu katika mapambano dhidi ya mafadhaiko. Kuchukua muda wa kusitisha na kutathmini hali yako ya utumiaji hukuruhusu kupata mtazamo, kutambua ruwaza, na kukuza majibu bora zaidi. Mtazamo huu wa kutafakari sio juu ya kukaa juu ya shida lakini kuunda nafasi ya kuzielewa na kuzipitia.

Kuzingatia ni msingi wa mazoezi haya. Kuzingatia wakati wa sasa kunaweza kupunguza msongamano wa akili ambao mara nyingi huongeza mkazo. Zoezi rahisi la kuzingatia hujumuisha kukaa kimya, kutazama mawazo yako bila hukumu, na kurejesha kwa upole umakini wako kwenye pumzi yako wakati wowote akili yako inazunguka. Mazoezi haya hufunza ubongo wako kukaa sasa, na kuifanya iwe rahisi kukabiliana na changamoto kwa uwazi.

Uandishi wa habari ni chombo kingine madhubuti cha kutafakari. Kuandika kuhusu mafadhaiko na hisia zako hukusaidia kuzishughulikia na mara nyingi hufichua masuluhisho ambayo hukufikiria. Pia ni njia nzuri ya kufuatilia maendeleo yako na kusherehekea ushindi mdogo, ikiimarisha matokeo chanya ya juhudi zako za kudhibiti mafadhaiko.

Hatimaye, mbinu ya kutafakari ya dhiki ni juu ya kukuza kujitambua na nia. Ni ukumbusho kwamba sio lazima uwe na huruma ya mafadhaiko - una uwezo wa kuunda uzoefu wako na kuwa na nguvu katika mchakato.

Hitimisho

Ikiwa unapitia kazi yenye shinikizo la juu, kusimamia majukumu ya kibinafsi, au kushughulika na changamoto za maisha zisizotarajiwa, dhiki ni sehemu isiyoepukika ya safari. Lakini kwa kukumbatia mikakati inayolingana na utu wako wa kipekee, kutumia ubunifu wako, na kuchukua mawazo ya kuakisi, unaweza kubadilisha mfadhaiko kuwa fursa ya ukuaji.

Mbinu hizi zinatukumbusha kuwa kudhibiti mafadhaiko sio ukamilifu bali maendeleo. Kwa ucheshi, kujitambua, na uthabiti, unaweza kushughulikia mipindo ya maisha kwa neema, na kugeuza hata nyakati ngumu zaidi kuwa fursa za kung'aa. Kwa hiyo mkazo unapogonga mlangoni mwako tena, usalimie kwa tabasamu na useme, “Changamoto imekubaliwa!”

Sura ya 7: Kutatua Matatizo-MacGyvering Your way through Customer Crises

Outcome – Significance
Story – Audience
Segment – Audience
Trait – Personality

Dhana potofu ya kawaida juu ya utatuzi wa shida ni imani kwamba inahitaji kuja na suluhisho kamili mara moja. Hata hivyo, sivyo ilivyo. Utulivu ndio ufunguo wa utatuzi mzuri wa shida-kutumia vyema hali ngumu kwa kutumia kile ulicho nacho sasa. Watatuzi bora wa shida mara nyingi ni wale ambao wanaweza kuangalia shida na kujiuliza, *"Naweza kufanya nini na rasilimali zilizopo?"* Ustadi huu una uwezo wa kubadilisha hali ya kukatisha tamaa kuwa mafanikio yasiyotarajiwa.

Kuzungumza juu yake kunanikumbusha maafa makubwa ya mtengenezaji wa kahawa ya 2022. Ilikuwa siku ya kawaida ofisini. Kila mtu alikuwa akipata utulivu, akijibu barua pepe, na kujiandaa kwa ajili ya siku ya kazi iliyo mbele yake. Lakini basi, maafa yalitokea wakati kampuni ya kutengeneza kahawa ya ofisi ilipoacha kufanya kazi. Dakika moja iliyopita, ilikuwa ikitengenezwa kahawa; dakika iliyofuata, ilitoa sauti ya ajabu na kukaa kimya kabisa.

Mwanzoni, hakuna mtu aliyeogopa. Sisi sote tulifikiri labda ilikuwa hiccup. Lakini dakika zilivyopita, ukweli ulizama: mashine yetu ya kahawa iliyopendwa ilifanywa kwa siku hiyo, na pamoja nayo, ndivyo nishati ya ofisi ilivyokuwa. Sasa, najua watu wengi wangefikiria—ili iweje? Nini jambo kubwa? Kwa kweli ni kahawa tu. Hata hivyo, mtu anayefanya kazi katika mazingira ya shirika anajua kwamba kahawa ni uhai wa biashara. Inaweka kila mtu mwenye nguvu na tayari kukabiliana na changamoto za siku. Ilikuwa kawaida kwa sisi sote kuanza kuwa wavivu bila hiyo.

Katika hatua hii, niliweza kuona mvutano ukiongezeka. Watu walianza kusimama karibu na kitengeneza kahawa kilichovunjika. Wengine walianza kuipiga, wakibonyeza vifungo vyote, huku wengine wakinung'unika chini ya pumzi zao. Kitu ambacho hakuna mtu alijua ni jinsi ya kurekebisha. Kadiri tulivyojaribu kuirekebisha, ndivyo tulivyohisi kutokuwa na msaada zaidi. Hapo ndipo nilipogundua kitu: hatukuweza kufanya mashine ifanye kazi, lakini bado tunaweza kupata njia ya kupita siku.

Sikuwa mtaalam wa watengeneza kahawa, lakini nilijua jambo moja-wakati mwingine, lazima uwe mbunifu. Nilitazama kuzunguka ofisi na kuona vyombo vya habari vya Kifaransa kwenye kona ya chumba; mbona wengi wanasahau hata kuwepo? Ingawa haikuwa suluhisho bora au bora zaidi, ilikuwa kitu. Niliinyakua na kuchukua maji ya moto na kuanza kazi. Haikuwa haraka kama mtengenezaji wa kahawa, lakini niliitayarisha baada ya kumwagika mara chache na majaribio na makosa.

Na unajua nini? Watu walianza kukusanyika, wakicheka na kufanya mzaha kuhusu jinsi tungegeuza hii kuwa desturi mpya ya ofisi. Sote tulikuwa na kahawa yetu, na ingawa haikuwa suluhisho la haraka tulilotarajia, ilifanya kazi. Tulikuwa na kahawa. Tulikuwa na suluhisho. Na tulikuwa na hadithi mpya ya kusema.

Hatimaye, haikuwa sana kuhusu kuwa na jibu kamili bali kutumia kile kilichokuwa pale, kufikiri nje ya boksi, na kuweka utulivu katika uso wa shinikizo. Huenda mtengenezaji wa kahawa hajafanya kazi, lakini utatuzi wa matatizo kwa sasa umekuwa na nguvu zaidi kuliko hapo awali.

Amri Kumi za Kutatua Matatizo (Kwa Wakati Ubongo Wako Unahisi Kama Tambi Mvua)

Kutatua matatizo ni misuli inayohitaji mazoezi ya kawaida na mwongozo kidogo ili kukaa mkali. Iwe katika mkutano wa shinikizo la juu au kutatua malalamiko ya mteja, unahitaji zana zinazokusaidia kufikiri vizuri, kukabiliana haraka na, muhimu zaidi, kuja na ufumbuzi wa ubunifu. Hizi hapa ni amri kumi za kukusaidia kuabiri sanaa ya utatuzi wa matatizo, kwa ucheshi kidogo na hekima ya vitendo ikitupwa kwa hatua nzuri.

Njia ya Sherlock: Hoja za Kupunguza Bila Kofia ya Deerstalker

Uchunguzi kawaida hutangulia kutatua matatizo. Sherlock Holmes alikuwa mtatuzi mzuri wa siri na mtazamaji makini wa maelezo. Wakati wa kutatua tatizo, kwanza kukusanya taarifa zote. Dalili ni zipi? Ni nini kilisababisha tatizo hilo? Kuwa kidogo kama Sherlock: mtazamaji ambaye anashika vitu vidogo ambavyo vitakuongoza kwenye suluhisho. Iwe ni mteja aliyekasirika au hitilafu ya kiteknolojia, kurekebisha ujuzi wako wa uchunguzi kunaweza kusaidia kubainisha chanzo cha tatizo bila kuchelewa. Hapa, kufikiri hufanywa kwa njia inayofaa na isiyo ya haraka-kukusanya ukweli na kukisia kutoka hapo. Na kama unataka kuonekana nadhifu kwa kufanya hivyo, ongeza tu pumziko la kufikiria, rekebisha miwani yako, na ujifanye uko katika mawazo mazito.

Bonanza la Ubongo: Kiasi Juu ya Ubora (Mwanzoni)

Wakati mwingine, ufumbuzi wa ubunifu zaidi hutoka kwa mawazo ya mwitu, yenye hasira zaidi. Usijichunguze haraka sana unapokwama kwenye tatizo. Badala yake, acha akili yako iende bure. Kutafakari kunalenga kutoa mawazo mengi iwezekanavyo—bila kujali jinsi yanavyoonekana kuwa ya mbali. Ndiyo, hilo linaweza kuhusisha kupendekeza kusafiri kwa wakati au kundi la tumbili waliofunzwa mwanzoni. Lakini kutokana na fujo za mawazo, unaanza kuona mifumo na miunganisho inayoongoza kwa kitu kinachoweza kutekelezeka. Siri iko kwa wingi. Andika mawazo mengi kadri uwezavyo, kisha uyachunguze kwa ajili ya vito. Ni kama kuchimba dhahabu; lazima usogeze uchafu mwingi ili kupata nugget.

Kanuni ya KISS: Iweke Rahisi, Ujinga (Bila Kumwita Mtu Yeyote Mpumbavu)

Wakati mwingine, jibu bora kwa tatizo ngumu ni moja rahisi zaidi. Kanuni ya KISS (Keep It Simple, Stupid) ni kanuni ya dhahabu ya kutatua matatizo. Badala ya kutatiza mambo au kutumia jargon, zingatia uwazi. Iwe unatatua malalamiko ya mteja au unawasilisha jibu kwa timu yako, kadri unavyoiweka wazi ndivyo inavyokuwa bora zaidi. Maelezo mengi yanaweza kulemea hadhira yako na wewe mwenyewe, na kufanya tatizo lionekane kuwa haliwezi kutatulika. Weka mambo rahisi na epuka ugumu usio wa lazima. Suluhisho la moja kwa moja ni mara nyingi inachukua ili kutatua tatizo kwa ufanisi.

Kufikiria Nje ya Sanduku: Ubunifu Bila Rangi za Kidole

Wakati mwingine, jibu la tatizo haliko ndani ya ufumbuzi wa wazi. Hapo ndipo kufikiria nje ya sanduku inakuwa muhimu. Badala ya mbinu ya kawaida, jaribu kuzingatia tatizo kutoka kwa pembe ambayo hakuna mtu mwingine amezingatia. Nini kitatokea ikiwa ungefanya kitu tofauti kabisa? Ni nyenzo gani unaweza kutumia ambazo si sehemu ya suluhisho la kawaida? Hii haimaanishi kuwa mbunifu kupita kiasi kwa ajili yake bali ni kutumia fikra bunifu ili kupanua kisanduku chako cha zana za kutatua matatizo. Ni kama kutatua fumbo kwa kulitazama kutoka kwa mtazamo tofauti. Nyosha mawazo yako, lakini usivute misuli!

Ushirikiano wa Wateja: Kuwageuza Walalamikaji kuwa Washiriki-njama

Katika huduma kwa wateja, mara nyingi unakabiliwa na malalamiko ambayo yanaonekana kuwa haiwezekani kutatua. Kwa hivyo badala ya kuwachukulia wateja kama matatizo yanayopaswa kutatuliwa, washirikishe katika kuwa sehemu ya suluhisho. Kugeuza malalamiko ya mteja kuwa juhudi za kushirikiana kunaweza kusaidia kuondoa mvutano na kusababisha suluhisho za ubunifu. Waulize maoni yao na wafanye wajisikie kama wao ni sehemu ya suluhisho badala ya tatizo. Njia hii husaidia kwa njia kadhaa: inakuwezesha kuelewa pointi zao za maumivu kwa uwazi zaidi na kukuza mawasiliano bora, na kufanya mteja kujisikia muhimu. Wakati wateja wanahisi kama washirika katika kutatua tatizo, wana uwezekano mkubwa wa kuwa wapole na uwezekano mdogo wa kuzidisha hali hiyo.

Upelelezi wa Rasilimali: Kupata Masuluhisho Katika Maeneo Yasiyotarajiwa

Wakati mwingine, suluhisho bora liko mbele yako. Tafuta rasilimali ambazo zinaweza zisionekane kama majibu dhahiri. Unaweza MacGyver suluhisho na kile kinachopatikana? Klipu za karatasi, bendi za mpira, na mkanda wa kuunganisha unaweza kutatua 90% ya matatizo madogo ya maisha, hasa ikiwa wewe ni mbunifu. Huna haja ya daima chombo cha dhana au gadget ya juu ili kutatua tatizo; inabidi tu ufikirie kwa busara. Uzuri wa njia hii ni kwamba inakufundisha kutumia ulichonacho badala ya kutafuta kitu kipya au cha gharama. Tafuta nyenzo zisizo za kawaida ambazo zinaweza kukusaidia kupata suluhu unaporuka.

Athari ya Domino: Kutarajia na Kuzuia Masuala ya Baadaye

Katika joto la kujaribu kutatua tatizo, ni rahisi kufikiri tu kuhusu hali ya haraka. Lakini msuluhishi mzuri anajua kuwa hatua huleta athari mbaya. Kutatua matatizo ya leo ni vizuri, lakini kutazamia matatizo ya kesho ni bora zaidi. Kwa kufikiria mbele na kuona picha kubwa zaidi, unaweza kutekeleza masuluhisho yanayotatua tatizo la sasa na kuzuia yale yajayo. Ni kama kucheza chess—kila mara unafikiria kuhusu hatua inayofuata. Kutatua matatizo yanayoweza kutokea sasa, bila kujali jinsi yanavyoonekana kuwa madogo, itakuokoa muda mwingi na matatizo katika siku zijazo. Mawazo ya kuzuia ni alama ya msuluhishi mkubwa wa shida.

Shindwa Haraka, Jifunze Haraka: Kukubali Makosa kama Mawe ya Kukanyaga

Wacha tukabiliane nayo: hakuna mtu anayependa kutofaulu. Lakini kushindwa mara nyingi ni mwalimu bora. Jambo kuu sio kuogopa. Badala yake, kukumbatia kushindwa kama sehemu ya mchakato. Wakati kitu haifanyi kazi, sio mwisho wa dunia; ni nafasi ya kujifunza na kurekebisha mbinu yako. Shindwa haraka, kisha jifunze kutoka kwa uzoefu. Mtazamo huu hukuwezesha kushinda woga na kuendelea na majaribio ya suluhu hadi upate moja inayofanya kazi. Kwa hakika, baadhi ya wavumbuzi waliofanikiwa zaidi ni wale ambao wameshindwa zaidi—kwa sababu kila kushindwa kuliwafundisha jambo jipya. Usiruhusu kushindwa kukuzuia; iruhusu ikupeleke kwenye suluhisho bora.

Nguvu ya Kazi ya Pamoja: Kuunganisha Akili ya Mzinga

Kadiri tunavyopenda kujifikiria kama wasuluhishi wa pekee, ukweli ni kwamba ushirikiano mara nyingi husababisha suluhu bora zaidi. Utatuzi wa matatizo ni mchezo wa timu; watu wanaokuzunguka hufanya tofauti. Ujanja ni kutumia nguvu ya kikundi bila kukwama katika mijadala isiyoisha. Lenga katika kukusanya mitazamo tofauti na kugusa maarifa ya pamoja na ubunifu wa timu. Kiongozi mzuri wa timu anajua jinsi ya kuweka kikundi kwenye mstari, kuhakikisha sauti ya kila mtu inasikika, na kuiongoza timu kuelekea suluhu zinazoweza kutekelezwa bila kuruhusu mkutano kugeuka kuwa fujo. Timu inayofanya kazi vizuri ni nguvu ya utatuzi wa shida.

Finesse ya Ufuatiliaji: Fimbo ya Kuhakikisha Suluhisho

Kufikia mafanikio ya muda mrefu na suluhisho inahitaji tu kufanya kazi. Tatizo linapotatuliwa, unaweza kuendelea na toleo linalofuata—lakini tu baada ya ufuatiliaji kidogo ili kuhakikisha kuwa hakuna maswala ya masalia yanayosalia kutoka kwa suluhisho la awali. Kufuatilia kunaonyesha kuwa unajali matokeo na umejitolea kuzuia tatizo lisijirudie. Pia hutoa fursa ya kutambua mabadiliko yanayowezekana ambayo yanaweza kuboresha zaidi suluhisho. Ingawa kuendelea kwa changamoto inayofuata ni rahisi, ufuatiliaji kidogo hujenga uaminifu na kuhakikisha mafanikio ya kudumu.

Kujenga Haiba ya Kubadilishana Resonant

Kuwa mtatuzi mzuri wa matatizo hakuhusu uwezo wa kiakili pekee—pia ni jinsi unavyotangamana na wengine. "Utu wa kuheshimiana" unahusisha kuungana na watu, kuelewa mahitaji yao, na kushirikiana nao kwa njia inayojenga kuheshimiana. Utatuzi wa matatizo mara nyingi huhitaji mazungumzo na maelewano, na ustadi dhabiti wa watu wengine hufanya usogezaji katika mazungumzo magumu kuwa rahisi zaidi. Kukuza huruma na akili ya kihemko huongeza uwezo wako wa kutatua shida. Wakati watu wanahisi kusikika na kuthaminiwa, wako tayari kushirikiana na kukumbatia masuluhisho.

Umuhimu wa Utaalamu, Uhusiano, na Ukuaji

Watatuzi wakubwa wa shida huboresha kila wakati. Hakuna mtu anayezaliwa msuluhishi kamili wa matatizo, lakini unaweza kukua na kuwa mmoja mwenye mawazo sahihi, utaalam, na maelewano. Utaalamu hutoa zana na maarifa ya kushughulikia matatizo changamano, huku maelewano yanakuza uaminifu na ushirikiano. Kwa kuimarisha ujuzi wako na kujenga mahusiano, unaweza kuendeleza mikakati bora ya kukabiliana na changamoto. Kumbuka, kutatua matatizo ni safari, si marudio. Kaa mdadisi, endelea kuwa mnyenyekevu, na uendelee kukua.

"Basi Nini?" Hitimisho: Kwa Nini Utatuzi wa Matatizo Ubunifu ni Tiketi Yako ya Utukufu

Ubunifu wa kutatua matatizo sio tu ujuzi mzuri wa kuwa na; ni kiungo muhimu kwa mafanikio ya kazi, uaminifu wa wateja, na utimilifu wa kibinafsi. Hukuwezesha kufikiria nje ya kisanduku, kukabiliana na mabadiliko ya hali, na kutengeneza suluhu za kiubunifu.

Katika kazi yako, utatuzi wa shida wa ubunifu hukuweka kando. Wafanyakazi wengi wanaweza kufuata taratibu na kufikia tarehe za mwisho, lakini wale wanaoonyesha mawazo ya kina na kupata masuluhisho ya kibunifu huwa wanachama wa lazima wa timu. Ustadi huu huongeza thamani yako kwa kampuni na kufungua milango ya maendeleo.

Kwa biashara, utatuzi wa matatizo kwa ubunifu huongeza uaminifu wa wateja. Wateja hawataki tu matatizo yao kutatuliwa; wanataka kujisikia kusikilizwa, kueleweka, na kuthaminiwa. Kushughulikia maswala yao kwa ubunifu kunaonyesha kuwa uko tayari kwenda hatua ya ziada, kuunda uhusiano wa kudumu na kuhakikisha kurudia biashara.

Katika ngazi ya kibinafsi, kutatua matatizo kwa ubunifu kunatimiza kikamilifu. Huongeza kujiamini, huimarisha ujuzi wa kutatua matatizo, na kukuza ujasiri. Kujua ujuzi huu hukupa hisia ya uhuru na uwezeshaji, kubadilisha njia yako ya maisha.

Kona ya CAMPY: Kukumbatia Mwanasayansi Wako wa Kichaa wa Ndani (au Mfikiriaji wa Methodical)

Utatuzi wa matatizo ni tofauti na wenye nguvu, bila mbinu moja ya "haki". Kila mtu anafikiria tofauti, kutoka kwa "mwanasayansi mwendawazimu" hadi mtu mwenye akili timamu na mwenye mbinu.

Kwa mwanasayansi wazimu, kufikiria nje ya boksi mara nyingi kunamaanisha kukaidi mantiki na kuchunguza mawazo yasiyo ya kawaida. Kwa mfano, wakati laini ya uzalishaji ilipofanya kazi vibaya, mfanyakazi alipendekeza kutumia mkanda wa kuunganisha na klipu za karatasi ili kutatua suala hilo kwa muda. Wakati usio wa kawaida, suluhisho lilifanya kazi, kuokoa gharama kubwa za ukarabati wa kampuni.

Kwa upande mwingine, mfikiriaji wa mbinu anapendelea kukusanya data, kuichambua, na kufuata mchakato ulioandaliwa. Njia yao ya kimantiki inahakikisha usahihi na uaminifu, ambayo ni ya thamani sana katika hali fulani.

Mbinu zote mbili zina nguvu zao. Mwanasayansi wazimu hutoa marekebisho ya haraka, ya ubunifu, wakati mfikiriaji wa mbinu anahakikisha suluhisho endelevu. Wasuluhishi waliofaulu mara nyingi huchanganya mitindo yote miwili, kujua wakati wa kukumbatia ubunifu na wakati wa kutegemea muundo.

Google Duel: "Hey Google, Nitatulie Tatizo Hili! Hapana, Sitaki Kuanzisha Upya Mfumo!"

Katika ulimwengu wa kisasa unaoendeshwa na teknolojia, kutegemea wasaidizi wa kidijitali au injini za utafutaji kwa suluhu kunajaribu. Ingawa zana hizi zinaweza kushughulikia kazi za kimsingi, hazina ubunifu, huruma, na angavu zinazohitajika kwa utatuzi changamano wa shida.

Kwa mfano, ikiwa kompyuta itaharibika, msaidizi wa AI anaweza kupendekeza kuwasha upya au kusasisha mfumo. Lakini vipi ikiwa tatizo ni gumu zaidi? Intuition ya binadamu, kufikiri kwa makini, na uwezo wa kuona picha kubwa mara nyingi huhitajika ili kutatua masuala ya kina.

Vile vile, katika huduma ya wateja, chatbot ya AI inaweza kujibu maswali kwa ufanisi lakini haiwezi kumuhurumia mteja aliyekatishwa tamaa. Mguso wa kibinadamu hauwezi kubadilishwa katika kuunda miunganisho yenye maana na kushughulikia shida zisizo na maana.

Ingawa teknolojia ni chombo muhimu, utatuzi wa kweli wa matatizo unategemea ubunifu na silika za binadamu. Tumia teknolojia kama usaidizi, si mkongojo, na uamini werevu wako.

Simulizi za Ukweli na Uundaji wa Wakati Ujao

Hadithi ni njia yenye nguvu ya kutatua matatizo. Sio tu kushiriki ukweli-ni kuhusu kuunda hadithi wazi, inayohusiana ambayo husaidia kila mtu kuelewa tatizo na kufikiria suluhu. Hadithi nzuri inaweza kuunganisha watu kwenye suala hilo na kurahisisha kupata mawazo mapya. Kwa mfano, kuelezea changamoto kazini kupitia hadithi kunaweza kusaidia timu kuiona kutoka kwa mtazamo mpya na kufanya kazi pamoja kutafuta suluhu.

Uundaji wa siku zijazo ni njia nyingine ya kusaidia. Inamaanisha kufikiria matokeo ya mafanikio na kisha kufikiria hatua za kufika huko. Badala ya kuangazia kile ambacho si sahihi sasa hivi, unafikiri juu ya jinsi mambo yangeonekana kama tatizo lingetatuliwa. Kwa mfano, ikiwa biashara inapoteza wateja, uundaji wa siku zijazo unaweza kuhusisha kuonyesha wakati ambapo wateja wanahisi furaha na uaminifu. Hatua kama vile kuboresha huduma, kubinafsisha matumizi, au kujenga miunganisho thabiti zaidi kunaweza kufanya maono hayo kuwa kweli—badala ya kutoa tu marekebisho ya haraka kama vile punguzo.

Kwa kutumia utunzi wa hadithi na utunzi wa siku zijazo, unaweza kubadilisha mwelekeo wako kutoka kwa marekebisho ya muda mfupi hadi mabadiliko chanya ya muda mrefu. Mbinu hizi hukusaidia kufikiria kwa ubunifu zaidi na kupata masuluhisho ambayo yanaleta mabadiliko ya kweli.

Kanuni ya Suuza ya Utatuzi wa Matatizo

Kanuni ya Suuza ni njia moja kwa moja lakini yenye nguvu ya kuboresha suluhu. Kama vile kusuuza na kurudia ili kupata kitu kisafi zaidi, mbinu hii inalenga kuangalia upya na kusafisha suluhu kwa wakati.

Mara baada ya kutekeleza suluhisho, rudi nyuma na utathmini jinsi lilivyofanya kazi vizuri. Tafuta maeneo ambayo yanaweza kuwa bora na ufanye marekebisho inapohitajika. Utaratibu huu unatambua kuwa mara chache suluhu huwa kamilifu mara ya kwanza na hukuhimiza kuendelea kuziboresha.

Kwa kufuata Kanuni ya Suuza, unaweza kujenga ujuzi wako wa kutatua matatizo na kuunda masuluhisho bora kwa kila jaribio. Ni juu ya kujifunza, kuboresha, na kusonga kwa kasi karibu na mafanikio.

Sura ya 8: Huruma- Kutembea Maili Moja kwa Viatu vyao (Hata kama ni Mamba)

Outcome – Moral
Story – Conflict
Segment – Emotional
Trait – Willing
Test – Effective

Wakati mwingine katika maisha, tunajikuta katika hali ambayo inazunguka sana nje ya udhibiti wetu kwamba tunashangaa jinsi walivyoishia hapo. Huyo alikuwa ni mimi siku ya Jumanne alasiri, nikisimama katikati ya duka la zawadi nikiwa nimeshika tonge la utepe, nikijaribu kuweka utulivu wangu huku nikijibu maswali kuhusu mipango ya maua, ratiba ya upishi, au ikiwa mama ya bwana harusi anapaswa kuketi karibu na familia ya bibi-arusi. Je, mimi, kati ya watu wote, niliishiaje kuwa mpangaji wa harusi kwa siku moja? Ngoja nirudishe mwanzo.

Yote ilianza na ombi lililoonekana kuwa rahisi. Mwanamke mzee alikimbia ndani ya duka nililofanya kazi; mikono yake imejaa zawadi. "Je, unaweza kuvifunga zawadi hizi?" Yeye blurted.

Nikaitikia kwa kichwa, nikashika kisanduku cha kwanza. Nilipoanza kukunja karatasi, alifoka, "Ni kwa ajili ya harusi. Harusi ya binti yangu. Kesho."

“Kesho?” Nilirudia, nikijaribu kuzuia mshangao wangu.

"Ndio," alisema, maneno yakitoka. "Kila kitu kinasambaratika. Mhudumu alitutoka. Muuza maua ameleta maua yasiyofaa. Na sina hata wakati wa kufunga haya!"

Sauti yake ilipungua, na wakati huo, nilielewa jinsi alivyokuwa na mkazo. Ingekuwa rahisi kufanya tu kazi aliyokuwa ameomba: kufunga zawadi, kulipwa, na kuendelea. Lakini kulikuwa na kitu katika sauti yake ambacho kilinifanya nitulie. Badala ya kumfukuza, nilimuuliza, “Je, kuna jambo lingine ninaloweza kufanya ili kusaidia?”

Kisha yakaja machafuko yaliyofuata. Hapo awali, alisitasita, lakini nilipouliza swali hilo tena, alifungua mkondo wa maandalizi ya harusi yenye machafuko. Ukumbi ulikuwa umepangwa mara mbili, upande wa bwana harusi ulikuwa na ugomvi wa kifamilia, na hakuwa amelala kwa siku mbili. Bila hata kujua nilianza kutoa mawazo, na muda si muda nikawa napiga simu na mhudumu niliyemfahamu.

Saa moja baadaye, alikuwa akisaidia kuinua riboni zinazolingana na rangi za harusi kwa kujadili mipango ya viti. Kabla ya mwisho wa siku, kwa namna fulani nilimpata mtaalamu wa maua ili anipe maua mengine na nikatuliza simu yenye hofu kutoka kwa bibi harusi mwenyewe.

Hapo ndipo nilipogundua kwamba zaidi ya yote, hakuhitaji majibu bali mtu wa kusikiliza, mtu ambaye angeweza kujiweka katika viatu vyake na kuhukumu mkazo wake bila kuhukumu matendo yake. Huruma imegeuza kazi hii inayotokea kwa kawaida kuwa fursa ya kuleta mabadiliko ya kweli.

Siku hiyo ilinifundisha kwamba ingawa huruma si kutatua kila tatizo au kuchukua uzito wote wa mtu mwingine, ina maana ya kuingia katika viatu hivyo, bila kujali jinsi wasiwasi au machafuko wanaweza kuwa, na kukutana na mtu huyo mahali alipo. Inaonyesha kwamba unajali vya kutosha kuelewa hali yao na kutoa msaada unaoweza.

Harusi ilikwenda kwa uzuri, na bibi arusi hakuwa na hekima zaidi kuhusu scrambles za dakika za mwisho. Nilitoa zawadi zilizofungwa, na mama akanikumbatia na kusema, "Singeweza kufanya hivi bila wewe."

Wakati fulani, mguso wa huruma unatosha kubadilisha shida kuwa muunganisho wa maana-na hata kupata mtazamo mpya juu ya mambo ya maisha, kama Crocs. Huruma haisuluhishi matatizo tu; inajenga madaraja kati ya watu, kuruhusu sisi kuelewa kila mmoja wetu. Kwa hiyo siku hiyo, nilipoingia kwenye viatu vya mtu mwingine (kwa kweli, seti ya Crocs), nilikumbushwa kuhusu uwezo wa kusikiliza, subira, na wema.

Amri Kumi za Uhuru (Kwa Wakati Ungependa Kuhukumu Kuliko Kuelewa)

Huruma ni nguvu kuu ambayo inaweza kugeuza mwingiliano wa kawaida kuwa uzoefu wa kushangaza. Licha ya uwezo wake, pia ni mojawapo ya ujuzi mgumu zaidi wa ujuzi, hasa wakati unakabiliwa na watu binafsi au hali zenye changamoto. Mwongozo huu unatoa "amri" kumi za kiutendaji kwa kukuza huruma katika kila mwingiliano, iwe unashughulikia mteja ambaye hajaridhika, unaangazia nuances za kitamaduni, au unajaribu tu kudumisha hali yako ya akili timamu.

1. Kinyonga wa Kihisia: Kujua Sanaa ya Kuakisi Mood

Je! umewahi kusikia mtu akifoka na kupata ugumu wa kuamua ikiwa utachochea hisia kama hizo au tu kutuliza mambo? Huu ndio wakati hasa mtu anapaswa kuwa kinyonga kihisia, akionyesha tu hisia zao lakini bila kuruhusu mambo kwenda zaidi katika mwelekeo huo. Kwa mfano, mteja ambaye amekasirishwa na kifurushi kilichochelewa anaweza kujibiwa kama ifuatavyo: "Ninaelewa kabisa kiwango chako cha kufadhaika kwa sasa. Hebu tushirikiane katika hili."

Ujanja ni kuhurumiana bila kuiga. Unataka kuakisi hisia zao, sio kuzifanyia mzaha. Fikiria mwenyewe kama uwepo wa kutuliza, sio mwangwi wa kihemko. Kwa mazoezi kidogo, utajifunza jinsi ya kudhibitisha hisia zao wakati unaelekeza mazungumzo kuelekea suluhisho.

1. **Usikivu Halisi 2.0: Kusikia Kile Kisichosemwa:** Uelewa katika huduma kwa wateja huenda zaidi ya maneno; inahusisha kurekebisha kile ambacho hakisemwi. Wateja

mara nyingi huelezea masikitiko yao kwa hila, wakiwaacha wataalamu wa huduma kuamua hisia zao za kweli. Kusikiliza kwa makini kunahitaji umakini kwa maneno, toni, kasi, na hata kusitisha mazungumzo yao. Hapa ndipo huruma ya kweli inapoanzia—kwa kuelewa kifungu kidogo na kujibu mahangaiko ambayo hayajatamkwa.

Kwa mfano, mteja akisema, "Hii inachukua muda mrefu kuliko ilivyotarajiwa," inaweza kuwa akisema, "Ninahisi kama wakati wangu hauthaminiwi." Kujibu kwa, "Ninakusikia-inafadhaisha kusubiri. Acha niweke jambo hili kipaumbele kwa ajili yako," huthibitisha kufadhaika kwao huku ukionyesha kujitolea kwako kusuluhisha suala lao.

Ili kujua ujuzi huu, zingatia kile kilicho chini ya uso. Je, wanazungumza haraka au polepole kuliko kawaida? Je, sauti yao imepunguzwa au kupunguzwa zaidi? Viashiria hivi vya kusikia vinatoa umaizi katika hali yao ya kihisia, kukuongoza kujibu maneno na hisia zao. Kwa kufanya mazoezi ya kusikiliza kwa makini, unafichua safu fiche za mawasiliano ya wateja na kuwafanya wahisi kueleweka kweli.

2. Mtazamo wa Kugeuza: Kuona Ulimwengu Kupitia Miwani ya rangi ya Mteja: Unapojiweka katika viatu vya mtu mwingine, huruma huchanua, na unajiona kuwa mtumiaji ambaye hivi karibuni alipokea kifaa kibaya. Fikiria jinsi ungehisi katika viatu vyao badala ya kufasiri kufadhaika kwao kama kukosa subira. Mabadiliko haya katika mtazamo ni zoezi kubwa la huruma ambalo husaidia kufunga umbali kati yako na mteja.

Wacha tuseme mteja anasema kwa hasira, "Nimekuwa nikingojea kwa wiki, na hii bado haijakamilika!" Jibu la kukataa kama vile, "Mambo haya huchukua muda," yanaweza kuongeza kufadhaika kwao. Badala yake, jibu la huruma kama vile, "Ninaweza kuona jinsi jambo hili linapaswa kuwa la kukatisha tamaa. Hebu tutafute njia ya kurekebisha hili," linaonyesha utunzaji wa kweli. Ubadilishaji wa mitazamo hukubadilisha kutoka kwa mtoa huduma wa mbali hadi kuwa mshirika ambaye anaelewa matatizo yako kwa dhati.

Kwa kufanya mazoezi ya ujuzi huu, unaunda muunganisho wa kibinadamu zaidi. Wateja wanapoona kuwa uko tayari kuona tatizo kupitia macho yao, inakuza uaminifu na uaminifu. Mbinu hii haisuluhishi maswala tu; hujenga mahusiano ya kudumu.

3. Uelewa Vs. Huruma: Kuwa Msaidizi, Sio Mwokozi: Katika huduma ya wateja, kujua tofauti kati ya huruma na huruma ni muhimu. Sehemu ya kawaida ya huruma ni huruma, ambayo mteja anaweza kupata unyenyekevu. Kinyume chake, huruma inaonyesha kwamba unaelewa kweli wasiwasi wao kwa kutembea nao kupitia kufadhaika kwao.

Hebu fikiria hali: mteja ambaye kwa hakika amekerwa na simu zenye hitilafu ya malipo. Kusema "Lo, samahani sana kwa jambo hili lililokupata!" katika kujibu inaweza kuwa ya kudharau au ya kushangaza kupita kiasi. Kusema, badala yake, "Ninajua jinsi jambo hili lazima liwe la kuudhi. Hebu tushirikiane kulisuluhisha," kunaleta usawa. Unakubali kufadhaika kwao bila kupunguza uzoefu wao au kujitangaza.

Uelewa huwawezesha wateja kwa kuwashirikisha katika suluhisho. Wanapohisi kuheshimiwa na kuungwa mkono, mtazamo wao mara nyingi hubadilika kutoka kwa kuchanganyikiwa hadi kwa ushirikiano. Tofauti hii ndogo huinua jukumu lako kutoka kutatua matatizo hadi kujenga miunganisho yenye maana.

4. Kituo cha Uthibitishaji: Kukubali Hisia Bila Kuwasha Mishituko: Uthibitishaji ni sehemu muhimu ya huruma. Kuhisi kuthibitishwa kunaweza kumfanya mteja ajisikie kusikilizwa, hata kama malalamiko yao hayana mashiko. Sanaa iko katika kuweka usawa kati ya kukiri hisia zao na kuelekeza mazungumzo kuelekea suluhisho zenye kujenga.

Kwa mfano, mteja amekerwa kuhusu sera isiyoweza kurejeshewa pesa anaweza kusema, "Hii si sawa!" Akijibu, "Ninaelewa kwa nini hii inahisi kuwa si ya haki. Acha nieleze ni kwa nini sera ipo na nichunguze kile tunachoweza kufanya ili kusaidia," huthibitisha hisia zao bila kukubali matakwa ambayo huwezi kutimiza. Inaonyesha heshima kwa mtazamo wao huku ikielekeza kwa upole mwelekeo kuelekea azimio.

Uthibitishaji haimaanishi kuingiza kila malalamiko; inahusu kuunda nafasi salama kwa mazungumzo. Kwa kutambua hisia zao, unaeneza mvutano na kufungua mlango wa mawasiliano yenye matokeo.

5. Uelewa wa Kitamaduni: Kupitia Kijiji cha Ulimwenguni Bila Kukanyaga Vidole: Katika ulimwengu wa kisasa ulioounganishwa, huduma kwa wateja mara nyingi huhusisha kushirikiana na watu kutoka asili tofauti za kitamaduni. Uelewa wa kitamaduni ni juu ya kuelewa tofauti hizi na kurekebisha mbinu yako ipasavyo.

Kwa mfano, tamaduni zingine huthamini sana urasmi, huku zingine zikithamini sauti ya kawaida zaidi. Ikiwa mteja kutoka chinichini rasmi atapokea barua pepe ya urafiki kupita kiasi, anaweza kuiona kama isiyo ya kitaalamu. Kinyume chake, mteja wa kawaida anaweza kuhisi kutengwa na mawasiliano magumu kupita kiasi.

Anza kwa kuzingatia vizuizi vya lugha, lugha ya mwili, na kanuni za kitamaduni. Ikiwa huna uhakika, uliza kwa heshima: "Ungependa tuendelee vipi?" Hatua hii ndogo huzuia kutokuelewana na kujenga uaminifu. Uelewa wa kitamaduni ni juu ya kukumbatia tofauti ili kutoa huduma ya kibinafsi na ya kufikiria.

6. Mazoezi ya Uelewa: Kuimarisha Misuli Yako ya Huruma: Huruma ni kama msuli—huimarika na mazoezi. Matukio ya kila siku hutoa fursa nyingi za kuboresha ujuzi huu. Unamwona mfanyakazi mwenzako akishughulika na mteja mgumu au mgeni akihangaika na mstari mrefu kwenye duka la mboga. Jiulize, "Ningehisije katika nafasi yao?"

Uandishi wa habari ni zoezi lingine la ufanisi. Tafakari juu ya hisia zako baada ya mwingiliano wenye changamoto na fikiria kile kilichoenda vizuri na kile ambacho kinaweza kuboreshwa. Baada ya muda, tafakari hizi hukusaidia kukabiliana na hali za baadaye kwa ufahamu na huruma zaidi.

Kadiri unavyofanya mazoezi, ndivyo uelewa wa asili unavyozidi kuwa. Kama vile mazoezi ya mwili, juhudi thabiti husababisha ukuaji mkubwa, na kugeuza huruma kuwa nguvu kuu.

7. **Uelewa wa Kidijitali: Kuwasilisha Joto Kupitia Skrini Baridi:** Katika enzi ya barua pepe, gumzo na tweets, kuonyesha huruma bila maingiliano ya ana kwa ana kunahitaji malipo mazuri. Maneno lazima yabebe uzito wa nia yako, na kufanya sauti na uwazi kuwa muhimu.

Fikiria jibu hili kwa swali la mteja: "Tunaifanyia kazi." Ingawa ni sahihi kiufundi, inahisi baridi na kutojali. Badala yake, kusema, "Ninaelewa kabisa wasiwasi wako. Ninafuatilia kibinafsi ili kuhakikisha hili linatatuliwa haraka," kunaonyesha utunzaji wa kweli.

Epuka kutumia emoji kupita kiasi au alama za mshangao, ambazo zinaweza kupunguza uaminifu. Badala yake, zingatia lugha sahihi na yenye kujali. Uelewa wa kidijitali unahitaji juhudi zaidi, lakini ni muhimu kwa kudumisha mguso wa kibinadamu katika ulimwengu unaoendelea otomatiki.

8. **Kujihurumia: Kuwa Mkarimu Kwako Ili Uweze Kuwa Mpole kwa Wengine:** Huruma huanza na kujijali. Ikiwa umefadhaika au umechomwa, kutoa huruma kwa wengine ni ngumu. Kuchukua muda wa kuingia na wewe

mwenyewe ni muhimu. Je, unahisi kulemewa? Je, unaweza kuchukua hatua gani ili kuchaji tena?

Mazoea rahisi kama vile kupumua kwa kina, mapumziko mafupi, au hata mazungumzo ya haraka na mwenzako yanaweza kuleta mabadiliko. Kujihurumia sio ubinafsi; ni msingi wa huduma bora kwa wateja. Kumbuka, huwezi kumwaga kutoka kikombe tupu. Kwa kukuza ustawi wako mwenyewe, utakuwa na nguvu za kusaidia wengine.

9. Mizani ya Uelewa: Kujali kwa Kina Bila Kuchomeka: Ingawa huruma ni muhimu, kujilinda kutokana na uchovu wa kihisia ni muhimu vile vile. Kuweka mipaka huhakikisha kuwa unaweza kutoa huduma ya huruma bila kuzidiwa na hisia za wengine.

Kwa mfano, ikiwa mteja anapumua kwa hasira, kubali hisia zake kwa kusema, "Nimesikia kufadhaika kwako. Hebu tuangazie suluhu pamoja." Mbinu hii inathibitisha hisia zao wakati wa kuelekeza mazungumzo kuelekea matokeo yenye tija.

Kumbuka, huruma haimaanishi kunyonya mafadhaiko ya kila mtu. Tanguliza afya yako ya akili kwa kutambua mipaka yako na kuchukua mapumziko inapohitajika. Kujali kwa kina ni msingi wa huruma, lakini kujijali huhakikisha kuwa unaweza kuiendeleza kwa muda mrefu.

Kwa kutii amri hizi kumi, utaboresha uwezo wako wa kuhurumia wengine na kuanzisha miunganisho ya kina katika kila mkutano. Huruma ni mawazo ambayo hugeuza vizuizi kuwa nafasi za ufahamu na maendeleo, sio zana tu.

Huruma itaboresha huduma yako kwa wateja na kuimarisha uhusiano wako kwa njia ambazo hukuwahi kufikiria iwezekanavyo, iwe kwa kulinganisha hisia, kuelewa mahitaji ambayo hayajatamkwa, au kuwa na ujuzi katika mawasiliano ya kidijitali.

Huruma mara nyingi hufafanuliwa kama uwezo wa kuelewa na kushiriki hisia za mwingine. Ustadi huu unakuwa nguvu kuu katika huduma kwa wateja, kubadilisha mwingiliano wa kawaida kuwa miunganisho yenye maana. Sura hii inachunguza jinsi kukuza uelewa kunaweza kuinua jukumu lako kutoka kwa mtoa huduma hadi kwa mshirika anayeaminika machoni pa wateja wako huku pia ukitoa mikakati ya kuboresha ujuzi huu muhimu.

"Basi Nini?" Hitimisho: Kwa Nini Uelewa Ni Nguvu Yako ya Huduma kwa Wateja

Huduma ya ununuzi na muunganisho wa kweli hutofautishwa na huruma. Wateja huridhika zaidi wanapohisi kusikilizwa na kueleweka, jambo ambalo linakuza uaminifu na nia njema. Kulingana na utafiti wa PwC, 73% ya wanunuzi wanasema kwamba uzoefu wa mteja ni muhimu wakati wa kufanya maamuzi kuhusu nini cha kununua. Huruma huathiri moja kwa moja uzoefu huu, ambao hujenga hisia na uaminifu.

Fikiria hali ambapo mteja anashiriki kufadhaika kwa agizo lililochelewa. Jibu kama, "Ninaelewa jinsi hii lazima iwe ya kufadhaisha, na nitafanya kila niwezalo kulisuluhisha," sio tu kushughulikia suala hilo lakini inathibitisha hisia za mteja. Mtazamo huu wa huruma hueneza mvutano na hujenga uhusiano unaovuka tatizo la haraka.

Kujua huruma kunakubadilisha kuwa zaidi ya mtoa huduma; unakuwa mtetezi wa kuaminika. Wateja wanaona juhudi zako kuwa za kweli, na kuunda dhamana inayowahimiza kurudi na kupendekeza huduma yako kwa wengine. Huruma pia hukupa uwezo wa kuabiri mwingiliano mgumu kwa uzuri, na kugeuza mizozo inayoweza kutokea kuwa fursa za muunganisho.

Kona ya CAMPY: Kukumbatia Uelewa Wako wa Ndani (Au Grouch Unaopenda)

Sio kila mtu anayeanza na kiwango sawa cha uelewa wa asili, na hiyo ni sawa. Iwe wewe ni mzaliwa wa huruma au mtu anayejielezea mwenyewe, uwezo wa kuungana na wengine unaweza kukuzwa. Sehemu hii inaadhimisha wigo wa viwango vya huruma na ucheshi unaokuja na kujifunza kukumbatia.

Kwa mfano, mchukulie mfanyakazi mpya ambaye anajaribu kumfariji mteja aliyekasirika kwa kusema kwa uchungu, "Nimeelewa; kuwa na hasira kunachosha." Ingawa nia ya kweli mara nyingi huwapokonya wateja silaha, na hivyo kuthibitisha kwamba uaminifu ni muhimu zaidi ya utekelezaji kamili. Uelewa sio juu ya kupata kila wakati sawa; ni juu ya kukuonyesha kujali.

Kwa kuegemea katika mielekeo yako ya asili—iwe ni ya huruma au ya kicheshi—unaweza kufanya huruma iwe yako.

Tafakari juu ya uwezo wako na maeneo ya ukuaji, na usiepuke ucheshi. Wateja wanathamini uhalisi, na hata majaribio madogo, ya kweli yanaweza kukuza nia njema.

Google Duel: "Hey Google, Je, Ninaonyeshaje Huruma? Hapana, Sitaki Kununua Pete ya Kuhisi!"

Katika enzi ya kisasa ya kidijitali, hata huruma imeenda kulingana na kanuni. Zana za huduma kwa wateja zinazoendeshwa na AI hutoa majibu ya huruma yaliyopangwa tayari, kama vile "Ninaelewa jinsi unavyohisi," lakini muunganisho wa kweli wa kibinadamu hauwezi kujiendesha.

Hebu fikiria ukiuliza Google, "Ninaonyeshaje huruma?" Matokeo yanaweza kujumuisha vidokezo kama vile kudumisha mawasiliano ya macho au kuthibitisha hisia. Ingawa majibu haya yanasaidia, hayana nuance ya ufahamu halisi wa kibinadamu. Uelewa wa kweli hutoka kwa intuition na uwezo wa kukabiliana na kila hali.

Fikiria mwingiliano dhahania wa AI ambapo chatbot hujibu mteja aliyechanganyikiwa kwa kusema, "Naona umesikitishwa. Je, ungependa nipendekeze bidhaa?" Ingawa majibu yanakubali hisia, inashindwa kushughulikia hitaji la msingi. Hii inaangazia kwa nini huruma inahitaji ushiriki wa mwanadamu: kusikiliza, kurekebisha, na kujibu kwa maana.

Ruhusu AI ishughulikie kazi za kawaida, lakini acha huruma ya kibinadamu iongoze katika kujenga mahusiano ya kudumu. Unapoboresha ujuzi wako, kumbuka kwamba uwezo wako wa kuunganishwa kwa kweli utashinda majaribio ya algorithmic ya huruma.

Kukuza Mikutano ya Amani

Uelewa ni msingi wa kuunda mwingiliano mzuri, haswa katika hali zenye mkazo. Wakati wa kushughulika na wateja waliokatishwa tamaa, kutumia usikilizaji tendaji na majibu ya kufikiria kunaweza kupunguza mvutano na kufungua njia ya utatuzi.

Mikakati ya Mikutano ya Amani

1. **Usikilizaji Halisi:** Makini na maneno na hisia. Uthibitisho wa kutikisa kichwa au wa maneno kama vile, "Nimekusikia," unaweza kuonyesha wateja wanakuzingatia kikamilifu.
2. **Sitisha Kabla ya Kujibu:** Chukua muda kushughulikia matatizo yao kabla ya kujibu. Hii inazuia athari za kujihami na inaonyesha ufikirio.
3. **Hisia za Kioo:** Onyesha hisia zao ili kudhibitisha uzoefu wao. Kwa mfano, "Inaonekana kama ucheleweshaji huu umesababisha usumbufu mkubwa. Hebu tuone jinsi tunavyoweza kurekebisha hili pamoja."
4. **Tumia Lugha Chanya:** Suluhisho za sura vyema. Badala ya kusema, "Siwezi kufanya hivyo," sema, "Hivi ndivyo ninavyoweza kufanya ili kusaidia."

Mikakati hii hutatua masuala ya haraka na kuwaacha wateja na hisia ya kudumu ya taaluma na utunzaji.

Jukumu la Nia katika Uelewa

Uelewa huanza na nia. Mawazo yako hutengeneza jinsi unavyokaribia kila mwingiliano. Je, unajibu bila kuwajibika, au unataka kuelewa na kusaidia kwa dhati? Wateja wanaweza kuhisi tofauti.

Nia yako inapojikita katika utunzaji, vitendo vyako kawaida hufuata mkondo huo. Uelewa ni mdogo kuhusu majibu yaliyoandikwa na zaidi kuhusu kuoanisha maneno yako, sauti na lugha ya mwili na hamu yako ya kukusaidia. Kwa mfano, mteja akionyesha kutamaushwa, jibu la kimakusudi kama vile, "Nataka kukusahihisha hili," huenda zaidi ya kushughulikia suala hilo; inawahakikishia kwamba wasiwasi wao ni muhimu.

Nia pia inaendesha uthabiti. Wakati huruma inakuwa sehemu ya mawazo yako, huingiza kila mwingiliano na uhalisi, na hivyo kuleta athari inayoboresha ubora wa huduma yako kwa ujumla.

Huruma kama Nguvu Kuu: Mambo Muhimu ya Kuchukua

1. **Uelewa Hujenga Uaminifu:** Wateja wanahisi kuthaminiwa na kueleweka, wakikuza uaminifu na mapendekezo chanya.
2. **Mielekeo ya Asili Hutofautiana, Lakini Kila Mtu Anaweza Kuboresha:** Sherehekea hatua yako ya kuanzia na kukumbatia ukuaji kupitia mazoezi.

3. **Muunganisho wa Binadamu > Uendeshaji otomatiki:** AI haiwezi kuiga nuance ya uelewa wa kweli.
4. **Kitendo cha Maumbo ya Kusudi:** Fikia kila mwingiliano kwa hamu ya dhati ya kusaidia.
5. **Uelewa Hubadilisha Migogoro:** Hali ngumu huwa fursa za kuimarisha mahusiano.

Huruma ni zaidi ya ujuzi; ni mawazo ambayo hufafanua upya jinsi unavyoshughulikia huduma kwa wateja. Kwa kukumbatia nguvu hii kuu, unaboresha athari yako ya kitaaluma na kuleta ubinadamu na muunganisho katika kila mwingiliano.

Sura ya 9: Kuegemea- Kuwa Saa ya Uswizi ya Binadamu ya Huduma kwa Wateja

Outcome – Purpose
Story – Purpose
Segment – Vocation
Trait – Potential
Test – Cautionary

Kuegemea ni msingi wa huduma bora kwa wateja. Katika ulimwengu wa uvumbuzi unaovutia macho na mitindo inayoendelea kubadilika, kutegemewa kunashinda uzuri. Wateja hawatavumilia kutofautiana lakini watapuuza utelezi usio wa kawaida. Watu wanakugeukia kama suluhu lao wanapokuwa na imani katika uwezo wako wa kutimiza ahadi zako. Kupata uaminifu huu huchukua muda na kunahitaji tabia thabiti inayoonyesha kutegemewa kwako chini ya hali zote.

Hata hivyo, kutegemewa huthaminiwa zaidi mambo yanapoharibika. Ni rahisi kuonekana kutegemewa wakati kila kitu kinakwenda sawa. Jaribio la kweli huja wakati wa shida-wakati vigingi ni vya juu, mivutano inaongezeka, na kila sekunde ina maana. Nilijifunza kwamba kwa njia ngumu wakati wa kile ninachorejelea sasa kama Maafa Kubwa ya Utoaji wa 2023.

Ilianza na uzinduzi mkubwa wa bidhaa-mstari mpya kabisa wa viti vya ofisi vya ergonomic ambavyo vitabadilisha mbinu ya kufanya kazi kutoka nyumbani milele. Huku huduma za wateja zikiongoza kwa mradi huo, nilikuwa nimetumia miezi kadhaa kujitayarisha kwa wakati huu. Ilikuwa imepangwa kutoka kwa kila maelezo madogo hadi uwasilishaji wa vifaa. Au ndivyo nilivyofikiria.

Siku ya uzinduzi, kila kitu kilionekana sawa—hadi wimbi la kwanza la malalamiko lilipoanza. Wateja ambao walikuwa wamelipa ziada kwa ajili ya kuwasilisha bidhaa siku iliyofuata walikuwa wakicheleweshwa kuripoti. Baadhi hawakuwa na barua pepe za uthibitishaji, ilhali wengine walikuwa wamepokea vipengee visivyo sahihi. Ilikuwa machafuko. Kila barua pepe na simu zilihisi kama bomu la wakati, likitishia kulipua sifa ya chapa yetu—na uaminifu wangu mwenyewe.

Mwanzoni, hofu ilianza. Hili lingewezaje kutokea baada ya maandalizi yetu yote? Lakini hakukuwa na wakati wa kukaa juu ya kwanini. Mtazamo wangu ulilazimika kuhama *jinsi gani* tungeweza kurekebisha. Huu ulikuwa wakati wangu wa kutegemewa kuwaonyesha wateja na timu yangu kwamba naweza kuwa mkono thabiti katika dhoruba.

Hatua ya kwanza ilikuwa uwazi. Nilikusanya timu yangu na kuwaambia tutahitaji kuwa mbele na wateja. Tuliandika barua pepe ya kutoka moyoni kwa haraka ili kukiri suala hilo na tukaahidi masasisho punde tu tulipokuwa na suluhu.

Wakati huo huo, nilifanya kazi na timu ya vifaa ili kubaini sababu kuu. Ilibainika kuwa hitilafu ya seva kwenye ghala ilikuwa imetatiza uchakataji wa agizo - hitilafu ndogo iliyo na matokeo makubwa.

Kisha, tulitanguliza kesi za dharura, tukianza na wateja ambao walikuwa wamelipa kwa usafirishaji wa haraka. Timu yangu ilifanya kazi saa nzima, ikiwasiliana na wateja mmoja mmoja ili kutoa masasisho na kutoa fidia, kama vile usafirishaji bila malipo au kuponi za punguzo. Tuliharakisha ubadilishaji wa hitilafu kubwa zaidi, kama vile bidhaa isiyo sahihi kuwasilishwa bila gharama ya ziada.

Haikuwa rahisi. Mwishoni mwa juma, mimi na timu yangu tulikuwa tumechoka, lakini matokeo hayakuwa ya kukanusha. Malalamiko kutoka kwa wateja yalibadilika na kuwa shukrani. Wengi walisifu uwazi wetu na hatua yetu ya haraka. Mmoja wao hata aliandika, "Makosa hutokea, lakini jinsi ulivyoshughulikia hii inaonyesha kwa nini nitaendelea kurudi."

Tukiangalia nyuma, Maafa Kubwa ya Utoaji wa 2023 haikuwa tu shida lakini somo katika nguvu ya kutegemewa. Ilinikumbusha kuwa kutegemewa si kuwa mkamilifu; ni kuhusu kujitokeza, kuwa mtulivu, na kutoa masuluhisho inapofaa zaidi. Wateja wanathamini kampuni inayofanya kazi kama saa ya Uswizi: sahihi, inayotegemewa, na iko tayari kuendelea kuashiria hata mambo yanapoharibika.

Amri Kumi za Kuegemea (Kwa Wakati Flakiness Sio Chaguo)

Kuegemea kunaunda msingi wa uaminifu-mahusiano ya kibinafsi au ya kitaaluma. Kutegemewa sio tu kufanya mambo; inakuwa sifa ya kuwa mtu anayeweza kutegemewa, hata katika nyakati mbaya zaidi. Amri hizi kumi zitakufanya kuwa paragon ya kutegemewa, kutoa mbinu za vitendo ili kukufanya kuwa wa kuaminika zaidi katika hali yoyote.

1. Mtunza Ahadi: Kusimamia Sanaa ya Ahadi za Uhalisia: Kuaminika huanza na ahadi zako. Hata hivyo, inaweza kuwa ya kuvutia kuahidi kupita kiasi katika jaribio la kuvutia; kufanya hivyo mara kwa mara husababisha utoaji duni, jambo ambalo linaharibu uaminifu. Kuweka malengo yanayofaa na kuyapita ndiyo jambo la msingi.

Kwa mfano, weka bafa na uhakikishe uwasilishaji ndani ya siku tano ikiwa unakadiria mradi utachukua siku tatu. Unavuka matarajio bila kupata mkazo usiofaa ikiwa utaimaliza kabla ya ratiba. Uwazi ni muhimu; hakikisha ahadi zako zinaweza kufikiwa na uwasilishe kwa uwazi ratiba zako za matukio, ukizingatia vizuizi vyovyote vinavyoweza kutokea. Sio juu ya kuwa na kiasi wakati unapuuza na kutoa kupita kiasi; ni kuhusu kutegemewa kimkakati.

2. Ninja ya Kuweka Wakati: Kujua Wakati Bila Kigeuza Wakati : Kufika kwa wakati ni mojawapo ya njia rahisi lakini zenye ufanisi zaidi za kuonyesha kutegemewa. Kushika wakati kunaonyesha kuheshimu wakati wa watu wengine na kunatia ujasiri katika kutegemewa kwako.

Ili kufikia umilisi wa kushika wakati, ratibisha bafa kati ya kazi zako na uzingatia kutimiza makataa muhimu zaidi kwanza. Wakati mkutano umeratibiwa saa 10 a.m., lenga kufika au kuingia saa 9:50 a.m. Huo ndio wakati unaotumika kwa ucheleweshaji usio na hesabu na vile vile wakati unaoakisi kujitolea. Unapogundua kuwa uko mapema kwa bahati mbaya, unaweza kujiandaa, kutafakari, au kupata mambo mengine ili kuepusha usumbufu na kupata faida.

3. Mfalme/Malkia wa Uthabiti: Kuleta Mchezo Wako wa A Kila Siku Moja : Kuegemea hujengwa kwa uthabiti. Wateja, wafanyakazi wenza na waajiri wanathamini wale wanaoweza kutoa matokeo ya ubora wa juu mara kwa mara, si mara kwa mara. Hata katika siku ambazo unahisi chini ya nyota, kudumisha msingi wa taaluma ni muhimu.

Anza kwa kuunda taratibu zinazohakikisha unashughulikia kazi kwa utaratibu. Kwa mfano, weka malengo ya kila siku na ufuatilie maendeleo yako. Viwango vya nishati vinapopungua, tegemea mazoea kukubeba. Uthabiti haimaanishi ukamilifu; inamaanisha kujitokeza na kutoa bidii yako bora, bila kujali hali.

4. Ushabiki wa Kufuatilia: Kufunga Vitanzi na Kufunga Miisho Iliyolegea: Kuegemea mara nyingi hupungua katika hatua ya ufuatiliaji, ambapo maelezo yanaweza kuingia kwenye nyufa. Kuwa mtu anayeona mambo hadi mwisho ni alama ya kutegemewa.

Jenga tabia ya kukagua ahadi zako mara mbili. Je, ulituma barua pepe hiyo uliyoahidi? Je, ulifuatilia swali la mteja? Tumia zana za usimamizi wa kazi ili kufuatilia mambo yako ya kufanya na kuweka vikumbusho vya ufuatiliaji. Vitendo vidogo vya ufuatiliaji, kama vile kusasisha mteja kuhusu maendeleo au kuthibitisha kukamilika kwa kazi, huimarisha uaminifu wako na kuimarisha mahusiano.

5. Ace Accountability: Kumiliki Makosa Yako Bila Kumiliki Shamba: Hakuna mtu mkamilifu, na makosa hayaepukiki. Walakini, jinsi unavyozishughulikia hufafanua kuegemea kwako. Kumiliki makosa kwa unyenyekevu na kujitolea kurekebisha mambo hudhihirisha uadilifu na hujenga uaminifu.

Msamaha unaotegemeka hukubali kosa, huchukua jukumu, na huonyesha hatua za kurekebisha. Kwa mfano, ikiwa siku ya makataa iliyokosekana itasumbua mwenzako, sema, "Ninaomba radhi kwa kuchelewa. Nilipuuza rekodi ya matukio, na ninawajibika kikamilifu kwa kosa langu. Hivi ndivyo nitakavyohakikisha kwamba halitajirudia." Uwajibikaji hauhusu kujilaumu; ni kuhusu kukuonyesha unajali vya kutosha kushughulikia masuala kwa umakini.

6. Mhandisi Anayetarajiwa: Kuweka na Kusimamia Viwango vya Uhalisia : Kuegemea mara nyingi hutegemea kuweka na kusimamia matarajio. Kuahidi kupita kiasi kunaweza kupata upendeleo wa awali lakini kunaweza kusababisha kukatishwa tamaa ikiwa matokeo yatapungua. Kusudi ni kuwasiliana na mapungufu kwa uaminifu wakati bado unahamasisha kujiamini.

Kwa mfano, unaposhughulika na wateja, eleza taratibu kwa uwazi: "Jukumu hili kwa kawaida huchukua wiki mbili, lakini nitakufahamisha ikiwa tunaweza kuharakisha mambo." Uwazi huongeza uaminifu na huruhusu marekebisho njiani. Kusimamia matarajio ni mizani laini ya kuwa halisi huku ukisalia kuwa na matumaini.

7. Mpango wa Hifadhi Nakala Guru: Kujitayarisha kwa Maafa Bila Kuwa Mtayarishaji wa Siku ya Mwisho: Kuegemea sio juu ya kuzuia shida - ni juu ya kuwa tayari kwa ajili yao. Upangaji wa dharura huhakikisha kuwa unaweza kukabiliana na changamoto zisizotarajiwa bila kuathiri ahadi.

Kwa mfano, kama hitilafu ya mfumo inatishia tarehe za mwisho, kuwa na suluhu la chelezo—kama vile nyenzo za nje ya mtandao au utiririshaji mbadala wa kazi—hufanya maendeleo kusonga mbele. Mipango ya kuhifadhi haimaanishi kutarajia kutofaulu lakini kujiandaa kwa uwezekano. Kwa kukaa makini, unapunguza msongo wa mawazo na kuonyesha uwezo wako wa kushughulikia chochote.

8. Bosi wa Mipaka: Kuweka Mipaka Bila Kuta za Kujenga: Kuaminika haimaanishi kusema "ndiyo" kwa kila kitu. Kujitolea kupita kiasi kunaweza kupunguza uwezo wako wa kutoa kwa ufanisi. Kuweka mipaka huhakikisha kuwa unaweza kuzingatia yale muhimu zaidi huku ukidumisha sifa yako ya kutegemewa.

Kwa mfano, mtu akiomba usaidizi zaidi ya uwezo wako, jibu kwa, "Ningependa kusaidia, lakini sina kikomo wiki hii. Je, tunaweza kutembelea tena wiki hii?" Mbinu hii inalinda kipimo data chako bila kughairi mahitaji yao. Mipaka inakuruhusu kuweka kipaumbele na kutoa ubora juu ya wingi, na kuongeza kuegemea kwako kwa muda mrefu.

9. Radiator ya Kutegemewa: Kujenga Sifa Inayokutangulia: Kumiliki chapa dhabiti ya kutegemewa kunakupa nafasi- kama mamlaka katika uwanja wako. Sifa hii inachukua muda kukuza; ni matokeo ya kuendelea kuthibitisha kuaminika kwa mtu. Anza kwa kutimiza ahadi ndogo, kama vile kujibu barua pepe mara moja au kukamilisha kazi kabla ya tarehe ya mwisho.

Vitendo vidogo kama hivi huongeza hadi sifa ya kutegemewa baada ya muda. Jina lako hatimaye litakuwa sawa na kutegemewa, na kuunda njia mpya za ushirikiano na fursa.

10. Mboreshaji Anayeendelea: Kukaa kwa Kutegemewa katika Ulimwengu Unaobadilika: Kuegemea sio tabia isiyobadilika; ni kitu kinachobadilika na hali. Kubadilika kwa mabadiliko ya matatizo huku ukiendelea kuaminika huhakikisha kuwa unabaki kuwa muhimu na mzuri.

Kwa mfano, ikiwa teknolojia mpya itabadilisha jinsi timu yako inavyofanya kazi, jitwike mwenyewe ili ujifunze na kuijumuisha katika mtiririko wako wa kazi. Kuonyesha kwamba unakubali mabadiliko kunaonyesha kuwa umejitolea kuboresha badala ya kudumisha hali iliyopo. Kwa kusalia kubadilika, unathibitisha kuwa kuegemea kwako ni thabiti na dhibitisho la siku zijazo.

"Basi Nini?" Hitimisho: Kwa Nini Kuegemea Ni Tiketi Yako Ya Dhahabu ya Kufanikiwa

Kuegemea ni zaidi ya fadhila; ni nguvu kuu ambayo inaweza kubadilisha kazi yako, kuboresha uhusiano wa kibinafsi, na kuleta hisia ya utimilifu. Katika ulimwengu wa kisasa unaobadilika kwa kasi, ambapo otomatiki na AI vinatishia kuchukua nafasi ya majukumu mengi ya kitamaduni, kuaminika ni tikiti yako ya dhahabu ya kutoweza kubadilishwa. Hii ndiyo sababu ujuzi wa kutegemewa sio tu ustadi wa kitaaluma—ni ujuzi wa maisha unaokutofautisha.

Kuegemea na Maendeleo ya Kazi

Wafanyakazi wa kuaminika mara nyingi ni mashujaa wa mahali pa kazi. Hawawezi kufanya kelele zaidi kila wakati, lakini mara kwa mara hutoa matokeo ambayo wengine wanaweza kutegemea. Kuegemea huku kunathaminiwa sana na waajiri kwa sababu inapunguza kutokuwa na uhakika, inapunguza hatari, na kuhakikisha utendakazi mzuri.

Tuseme wewe ni meneja na unakabiliwa na tarehe ya mwisho muhimu. Je, ungempa kazi mtendaji nyota ambaye wakati mwingine hukosa tarehe za mwisho au mfanyakazi thabiti, anayetegemewa ambaye huikamilisha kila wakati kufikia tarehe ya mwisho? Katika hali nyingi, kuegemea kunashinda flash kwa sababu ndio msingi wa uaminifu. Kadiri muda unavyosonga, watu wanaotegemewa husitawisha sifa kama wasuluhishi wa matatizo na wataalam wa kwenda kwa wanaounda njia za upandishaji vyeo na majukumu ya uongozi.

Kuegemea Hujenga Imani ya Wateja

Kwa biashara, uaminifu mara nyingi utafanana na uaminifu kwa wateja. Iwe inasafirishwa kwa wakati unaofaa, inatoa huduma ya kawaida, au kupata tatizo mara moja, ni chapa na watu ambao wateja wanawategemea. Wafanyikazi wanaoaminika hufanya sifa kama hiyo kwa shirika, kwani huleta kuegemea kwa kila mwingiliano.

Kwa mfano, mwakilishi anayetegemewa wa huduma kwa wateja anapomhakikishia mteja kwamba suala lake litatatuliwa na kufuatwa, hii huwa inaimarisha imani ya mteja kwa kampuni. Uaminifu hatimaye hubadilika kuwa biashara ya kurudia-rudiwa na maneno chanya ya mdomo, ambayo ni ya thamani sana katika soko shindani.

Kuegemea Huleta Utoshelevu wa Kibinafsi

Kuna kuridhika kwa asili katika kuwa wa kuaminika. Kadiri unavyotimiza ahadi na kuzidi matarajio, ndivyo unavyojisikia vizuri kuhusu wewe mwenyewe na kusudi lako. Inajisikia vizuri kuwa mtu ambaye wengine wanaweza kumtegemea, iwe mahali pa kazi au kati ya marafiki na familia.

Kuegemea kunapunguza mafadhaiko ya kibinafsi. Unajua umejijengea jina la kutegemewa, kwa hivyo huna haja ya kuwa na wasiwasi sana kuhusu hali zisizo na uhakika. Sio juu ya kufanya makosa lakini juu ya kujitokeza, kufanya uwezavyo, na kujifunza kutoka kwao. Mtazamo huu hujenga ustahimilivu na ukuaji wa kibinafsi wa muda mrefu.

Kona ya CAMPY: Kukumbatia Timex Yako ya Ndani (Inahitaji Kulamba na Kuendelea Kuashiria)

Kuegemea huja kwa maumbo na namna nyingi, kutoka kwa mpangaji makini hadi mtenda miujiza wa dakika ya mwisho. Uzuri wa kutegemewa ni kwamba hakuna mbinu ya aina moja-kinachofaa zaidi ni kutafuta mtindo wako wa kipekee na kuegemea ndani yake.

Mitindo ya Kuegemea: Wigo wa Kutegemewa

1. Shujaa wa Timex: Wewe ndiye mtu ambaye, kama saa maarufu ya Timex, "hulamba na kuendelea kutikisa." Maisha yanakurushia mipira ya kona, lakini unabaki thabiti. Ustahimilivu wako huwa sifa yako kuu, na watu huvutiwa na uwezo wako wa kurudi nyuma bila kujali changamoto.

2. Mwamba Kimya: Huenda usiwe mwenye sauti kubwa zaidi chumbani, lakini wewe ndiye msingi ambao wengine hujenga juu yake. Uthabiti wako wa utulivu huhakikisha mambo yanafanyika bila fujo. Watu wanaweza kukusahau mwanzoni, lakini wanagundua haraka kuwa wewe ni wa lazima.

3. Phoenix ya Kung'aa: Unaweza kujikwaa mara kwa mara, lakini unasimama kwa kuvutia kutoka kwa makosa yako. Kuegemea kwako kunang'aa zaidi katika jinsi unavyopona kutokana na vikwazo, kuthibitisha kwamba kutegemewa si kuhusu kutoshindwa kamwe-ni kuhusu kurudi kwenye mstari kila wakati.

Mifano ya Maisha Halisi: Kuegemea Kumepita Kando (Lakini Kumehifadhiwa na Urejeshaji)

Ajali ya Utoaji Pizza

Dereva wa uwasilishaji wa pizza mara moja alitoa agizo lote kwenye barabara kuu ya mteja. Badala ya kuingiwa na hofu, mara moja waliwasiliana na duka hilo, wakapata mbadala, na kuipeleka bila malipo, pamoja na kuomba radhi kutoka moyoni. Mteja alisamehe kosa na akawa mlinzi mwaminifu kwa sababu ya jitihada za kurekebisha mambo.

Uwasilishaji wa Biashara Fiasco

Afisa mkuu wa mauzo alifika kwenye mkutano wa mteja bila slaidi zinazofaa za uwasilishaji. Wakiwaza kwa miguu yao, walichora pointi muhimu kwenye ubao mweupe na kutoa uwanja kwa haiba kubwa hivi kwamba mteja alitia saini mkataba huo papo hapo. Tukio hilo likawa la hadithi, likionyesha jinsi kufikiri haraka kunaweza kugeuza janga kuwa ushindi.

Mifano hii inaangazia ukweli muhimu: kutegemewa hakuhusu ukamilifu. Ni juu ya kushughulikia kasoro na kuzigeuza kuwa fursa za kudhibitisha kutegemewa kwako.

Google Duel: "Hey Google, Je, Ninaweza Kutegemewaje Zaidi? Hapana, Sitaki Kununua Mratibu wa Roboti!"

Katika enzi inayotawaliwa na teknolojia, kutegemea zana za kidijitali kwa kila kitu, ikiwa ni pamoja na kutegemewa, kunajaribu. Lakini ingawa kiotomatiki kinaweza kusaidia kurahisisha michakato, utegemezi wa kweli unahitaji mguso wa kibinadamu—umoja ambao hakuna algoriti inayoweza kuiga.

Mipaka ya Kuegemea Inayoendeshwa na AI

Wasaidizi wa AI kama vile Google na Alexa wanaweza kuratibu vikumbusho, kutuma barua pepe na hata kusaidia kudhibiti mtiririko wa kazi. Lakini hawana nuance na kubadilika kwa kuegemea kwa mwanadamu. Mashine inaweza kukukumbusha tarehe ya mwisho lakini haiwezi kuwajibika kwa mienendo ya mtu binafsi ya kutekeleza ahadi hiyo.

Kwa mfano, fikiria mteja akiwa amekasirishwa na kuchelewa kwa usafirishaji. AI inaweza kutuma barua pepe ya kuomba msamaha, lakini ni binadamu pekee ndiye anayeweza kutathmini muktadha wa kihisia, kutoa suluhu lililolengwa, na kurejesha uaminifu. Kuegemea ni juu ya akili ya kihemko kama vile kukamilika kwa kazi.

Kwa nini Kuegemea kwa Binadamu kunapunguza Algorithms

1. **Kubadilika:** Wanadamu wanaweza kugeuza na kuzoea hali zisizotarajiwa. Mtu anayeaminika atapata suluhu za ubunifu ikiwa mfumo utaacha kufanya kazi, ilhali algoriti inaweza kushindwa.
2. **Huruma:**Kuegemea mara nyingi kunahusisha kuelewa na kushughulikia mahitaji ya wengine. Mashine zinaweza kuchakata data lakini haziwezi

kutoa huruma ya kweli, ambayo ni muhimu katika kujenga uaminifu na urafiki.

3. **Intuition:** Wakati mwingine, kuwa wa kutegemewa humaanisha kutazamia mahitaji kabla ya kuelezwa kwa uwazi. Wanadamu hufaulu katika kusoma kati ya mistari na kuchukua hatua madhubuti ili kuhakikisha matokeo mazuri.

Ucheshi wa Utegemezi wa Dijiti

Bila shaka, teknolojia ina wakati wake wa hilarity bila kukusudia. Hebu fikiria kutegemea msaidizi wa AI kupanga mikutano:

Msaidizi: "Mkutano wako na John umepangwa kufanyika kesho saa 8:00 asubuhi."

Wewe: "Mkuu. Inahusu nini?"

Msaidizi: "Sijui. Lakini naweza kuweka ukumbusho mwingine ili kufahamu."

Ingawa teknolojia ni chombo muhimu, si mbadala wa kutegemewa kwa binadamu. Badala yake, ni pongezi ambayo inaboresha lakini haichukui nafasi ya uwezo wako wa kuzoea, kuhurumia na kutoa.

Ufungaji wa Kuegemea

Kuegemea kunasalia kuwa faida dhahiri ya kibinadamu katika ulimwengu unaozidi kuendeshwa na otomatiki. Ni msingi wa uaminifu, ufunguo wa ukuaji wa kazi, na msingi wa kuridhika kwa kibinafsi. Kwa kusimamia kutegemewa, unakuwa zaidi ya mfanyakazi au rafiki tu—unakuwa wa lazima.

Kubali mtindo wako wa kipekee wa kutegemewa, jifunze kutokana na kuteleza, na utumie zana kama vile AI kama washirika badala ya magongo. Kumbuka, kutegemewa si kuhusu kuwa mkamilifu-ni kuhusu kujitokeza kila mara, kufanya uwezavyo, na kuthibitisha kuwa wewe ni mtu ambaye unaweza kutegemewa, hata iweje.

Sura ya 10: Usimamizi wa Wageni - Kutoa Zulia Jekundu (Kwenye Bajeti ya Uzio)

Outcome – Self Regard

Story – People

Segment – Familial

Trait – Nature

Test – Hallmarks

Tajiriba ya kipekee ya mgeni inamaanisha watu wanathaminiwa, wanakaribishwa, na wanaheshimiwa. Iwe ni mteja wa VIP, mwajiri mpya, au mshirika mtarajiwa, jinsi unavyodhibiti ziara yao mara nyingi huweka sauti ya mtazamo wao kuhusu shirika lako. Sio tu kahawa utakayotumikia au usafi wa chumba cha mkutano, lakini jinsi maelezo yatapita na jinsi unavyounganisha kwa uchangamfu.

Usimamizi wa wageni sio tu kwa kampuni zilizo na bajeti isiyo na kikomo. Mbinu ya kufikiria na iliyopangwa vizuri inaweza kuwa na athari sawa, hata kwa bajeti finyu. Walakini, mtihani wa kweli huja wakati mambo hayaendi kama ilivyopangwa. Katika nyakati hizo, ubunifu na kufikiri haraka huwa nyenzo yako kuu.

Barua pepe iligonga kikasha changu kama sauti ya radi: mteja wetu mkuu alikuwa anakuja kwa ziara ambayo haikuratibiwa alasiri hiyo. Huyu hakuwa mteja yeyote tu—aina hii ya uhusiano iliweka taa na timu yetu kuwa na shughuli nyingi. Vigingi havingeweza kuwa juu zaidi.

Kama kiongozi wa huduma kwa wateja, nilianza kuchukua hatua. Nilipitia orodha yangu kiakili:

- Jenga chumba cha mkutano? Imekamilika.

- Weka viburudisho? Inaendelea.

- Kukamilisha nyenzo za uwasilishaji? Karibu tayari.

Yote yalikuwa yanakuja pamoja - hadi ficus.

Huu haukuwa tu mmea wowote. Ficus imekuwa mascot yetu ya ofisi isiyo rasmi, iliyosimama kwa fahari kwenye chumba cha kushawishi ili kuwasalimu wageni kwa uwepo wake wa kupendeza na wa kuvutia. Lakini katika siku hiyo ya maafa, kana kwamba inatambua umuhimu wa wakati huo, ilichagua kupinduka kwa kasi wakati mteja anapitia mlango.

Tukio hilo lilikuwa la upuuzi: mteja wa VIP amesimama mlangoni, rundo la udongo na majani yalitapakaa sakafuni, na niliganda kwa nusu sekunde kabla ya kuanza kutenda.

Niliinama kwa ficus, nikiinua wima kwa nguvu ambayo sikujua nilikuwa nayo. Mwenzangu aliruka na ufagio na sufuria ili kuchota udongo. Kwa pumzi ya utulivu, nilimgeukia mteja kwa tabasamu. "Karibu! Tunaamini katika kufanya maonyesho ya kwanza yasiyoweza kusahaulika," nilisema, nikipata kicheko cha moyo kutoka kwa wageni wetu.

Mvutano ulitoweka, na tukamwingiza mteja kwenye chumba kipya cha mikutano kilichotayarishwa. Ziara iliyobaki ilikuwa tanga laini. Onyesho liligonga, mazungumzo yakatiririka, na mteja akaondoka, akisisitiza kujitolea kwao kwa ushirikiano wetu.

Baadaye, hata walidhihaki "mmea wetu uliotoroka," wakisifu jinsi tulivyoshughulikia hali hiyo kwa ucheshi na urahisi. Kile ambacho kingeweza kugeuka kuwa janga kikawa hadithi iliyotuunganisha.

Udhibiti wa wageni hauhusu utekelezaji kamili na zaidi kuhusu kubadilika. Wageni hawatarajii ukamilifu—wanathamini juhudi za kweli, uchangamfu, na uwezo wa kushughulikia hiccups kwa ujasiri na ucheshi. Wakati mwingine, sio kahawa iliyotengenezwa kikamilifu ambayo hushinda siku lakini jinsi unavyopata changamoto wakati ficus inaanguka.

Amri Kumi za Usimamizi wa Wageni (Kwa Wakati Ofisi Yako Sio Ritz Kabisa)

Usimamizi wa wageni huenda usionekane kama sehemu ya kuvutia zaidi ya uendeshaji wa ofisi, lakini ni mahali ambapo maonyesho hufanywa-au kupotea. Kuwakaribisha wageni kitaaluma, kushughulikia mambo ya kushangaza yasiyotarajiwa, na kuhakikisha hali yao ya utumiaji laini kunaweza kubadilisha ziara ya wastani kuwa kumbukumbu bora. Zifuatazo ni amri kumi muhimu za kudhibiti wageni kama mtaalamu, hata kama eneo lako la kazi halina ubora wa hoteli ya nyota tano.

1. **Maonyesho ya Kwanza: Kugongomea Karibu Bila Mlango au Shampeni:** Maonyesho ya kwanza ni maonyesho ya kudumu, na uzoefu wa wageni wako huanza wakati wanapitia milango yako. Iwe unafanya kazi nje ya ghorofa maridadi au mahali pazuri pa kufanya kazi pamoja, uchangamfu na ustadi ndio ufunguo wa makaribisho makubwa.

Anza na mambo ya msingi: nafasi safi, viti vya starehe, na mtu wa kupokea wageni—au angalau mtu aliyepewa mgawo wa kuwasalimu wageni mara moja. Ikiwa unakimbia bila salamu aliyeteuliwa, tabasamu rahisi na kirafiki "Karibu! Ninaweza kukusaidiaje leo?" inaweza kwenda mbali. Fikiria kuongeza mguso mdogo, wa kufikiria kama vile kutoa maji au kahawa.

Ujanja ni kuunda wakati wa kukumbukwa na juhudi ndogo. Kwa mfano, ishara ya kukaribisha iliyoandikwa vizuri kwa mkono kwenye ubao mweupe inaweza kufanya wageni wajisikie maalum.

2. **Mchezo wa Jina: Kukumbuka Kila Mgeni (Bila Kuegemea kwa Lebo za Majina):** Kukumbuka majina kunaonyesha usikivu na heshima, lakini wengi wanapambana nayo. Ikiwa una uwezekano wa kusahau, tumia mbinu chache za kukumbuka. Kwa mfano, husisha jina la mgeni na picha inayoonekana au neno la utungo.

Ikiwa jina lao litateleza akilini mwako, limiliki kwa neema. Kwa heshima, "Samahani, unaweza kunikumbusha jina lako?" ni bora zaidi kuliko kupapasa-papasa au kukwepa suala hilo kabisa.

Katika mipangilio ya kidijitali, kumbuka majina katika logi yako ya wageni kabla ya kuwasili kwao. Mtazamo wa haraka kabla unaweza kukuokoa kutoka kwa wakati mbaya baadaye.

3. Umahiri wa Ziara ya Ofisi: Kuonyesha Nafasi Yako (Hata Ikiwa Ni Shamba Tu la Cubicle): Ziara ya ofisini sio tu kuonyesha eneo lako la kazi; ni juu ya kuangazia kile kinachofanya kampuni yako kuwa maalum. Rekebisha ziara yako kulingana na hadhira yako. Kwa wateja, zingatia mafanikio au ubunifu. Kwa watu wanaoweza kuajiriwa, angalia utamaduni wa timu.

Hata kama ofisi yako ni ya kawaida, unaweza kuunda alama za kupendeza. Droo ya vitafunio iliyojaa vizuri inaweza kuwa "kipenzi chetu cha wafanyikazi," na mmea shupavu wa ficus unaweza kupata nafasi yake kama "mascot yetu isiyo rasmi."

Shirikisha mgeni wako na hadithi: "Hapa ndipo timu yetu ilichanganua wazo letu la bidhaa iliyoshinda tuzo." Miguso ya kibinafsi kama hii hufanya nafasi yako kuhisi yenye nguvu na ya kusisimua.

4. Sanaa ya Maongezi Madogo: Kuwaweka Wageni Wakiwa na Burudani Bila Kuamua Kuiga: Mazungumzo madogo ni gundi ya mwingiliano wa kijamii. Hujaza ukimya na kudumisha mazungumzo kwa kawaida. Jambo kuu ni kuweka usawa: kujihusisha lakini sio kuingilia. Epuka mada zenye utata na utegemee mada salama na zinazovutia watu wote. Matukio ya sasa (sio siasa), mambo ya kufurahisha, au mambo yanayoshirikiwa ni mambo bora ya kwenda. Kwa mfano: "Je, umejaribu migahawa yoyote bora katika eneo hili?"

Tayarisha maswali machache ya kuvunja barafu kabla. Ni sawa kuweka mambo kuwa mepesi-huwi mwenyeji wa mjadala, hata hivyo.

5. Kudhibiti Mgogoro: Kushughulikia Hali Zisizotarajiwa za Wageni kwa Neema: Haijalishi umejitayarisha vizuri vipi, mshangao hutokea. Labda mgeni ataleta moja zaidi bila kutangazwa, au mkutano wao unaendelea kwa kiasi kikubwa baada ya muda. Neema chini ya shinikizo ni muhimu. Ikiwa mgeni huleta mtu asiyetarajiwa, uwape haraka. Toa kiti cha ziada au viburudisho na uendelee kana kwamba ilipangwa.

Mikutano inapoendelea kwa muda mrefu, sogeza mambo mbele kwa upole: "Ninajua tunakosa kwa wakati, kwa hivyo nitahakikisha kuwa nafupisha mambo muhimu." Kushughulikia usumbufu kwa utulivu huacha taswira ya kudumu ya taaluma.

6. Mfalme/Malkia wa Kubinafsisha: Kurekebisha Uzoefu wa Mgeni: Makaribisho ya kawaida hayaachi kumbukumbu za kudumu, lakini ubinafsishaji kidogo unaweza kuwafanya wageni wako wahisi kuwa wanathaminiwa. Chunguza mapendeleo ya mgeni wako au mwingiliano wa zamani na kampuni yako.

Kwa mfano, ikiwa mteja anayerejea anapenda chai mahususi, hakikisha inapatikana ikiwa unakaribisha mshirika unayetarajiwa na uonyeshe nyenzo zinazohusiana na tasnia yao. Miguso hii midogo inaonyesha umakini na umakini kwa undani.

Hata barua pepe ya salamu iliyowekewa mapendeleo kabla ya ziara yao inaweza kuonyesha: "Tuna furaha kuwa nawe hapa. Tufahamishe ikiwa kuna chochote tunachoweza kutayarisha mapema."

7. Upangishaji wa Kiteknolojia: Kutumia Teknolojia Bila Kuiruhusu Ichukue Nafasi: Teknolojia inaweza kurahisisha matumizi ya mgeni lakini haipaswi kamwe kuchukua nafasi ya mguso wa kibinadamu. Zana kama vile programu ya usimamizi wa wageni zinaweza kusaidia kwa kuingia, itifaki za usalama na arifa zilizoratibiwa mapema kwa wapangishaji. Kuwa tayari kwa hitilafu za teknolojia. Weka nakala rudufu ya kalamu na karatasi kwa ajili ya kuingia mwenyewe na uwe na mtu aliye katika hali ya kusubiri ili kusuluhisha ikiwa skrini itaganda au mfumo ukishuka.

Tumia teknolojia kuboresha, sio kutawala, ziara. Kwa mfano, staha ya slaidi ya kidijitali katika chumba cha mikutano inaweza kuwavutia wageni huku ikidumisha hali ya kitaaluma.

8. Finesse ya Ufuatiliaji: Kudumisha Muunganisho Hai Baada ya Ziara: Ziara nzuri haimaliziki mgeni wako anapoondoka. Ufuatiliaji wa uangalifu huhakikisha muunganisho unabaki thabiti. Tuma barua pepe ya kukushukuru ndani ya saa 24, ukirejelea maelezo mahususi kutoka kwa ziara yao: "Ilikuwa nzuri kujadili mawazo yako kuhusu laini yetu mpya ya bidhaa. Tumeshukuru mchango wako kuhusu (mada mahususi)."

Kwa utembeleo wa hali ya juu, zingatia barua iliyoandikwa kwa mkono. Inaweza kuchukua juhudi kidogo zaidi, lakini inaacha alama isiyofutika.

9. Ufikivu Ace: Kuhakikisha Uzoefu Unaokaribisha kwa Wote: Kujenga mazingira jumuishi ni muhimu. Angalia nafasi yako kwa ufikivu: njia panda, lifti, na vyumba vya kupumzika vinavyotii ADA haviwezi kujadiliwa ili kuhakikisha kila mtu anakaribishwa. Kwa wageni wenye mahitaji maalum, jitayarishe mapema. Ikiwa mtu ana matatizo ya kusikia, toa madokezo ya mkutano au panga manukuu wakati wa mawasilisho.

Ujumuishi unaenea zaidi ya mahitaji ya kimwili. Usikivu wa kitamaduni, mazingatio ya lishe, na kuheshimu mitindo tofauti ya mawasiliano yote huchangia hali ya kukaribisha.

10. Mwanakemia wa Maoni: Kugeuza Ingizo la Wageni kuwa Dhahabu: Maoni ni mgodi wa dhahabu kwa kuboresha ujuzi wako wa usimamizi wa wageni. Baada ya kila ziara, uliza maoni: "Utumiaji wako ulikuwaje kwetu? Je, kuna lolote tunaloweza kuboresha?"

Kuwa tayari kwa majibu ya uaminifu. Si maoni yote yatakayopendeza, lakini ukosoaji unaoweza kutekelezeka hukusaidia kukua.

Tumia maoni kurekebisha michakato yako. Kwa mfano, ikiwa wageni wengi watataja mkanganyiko kuhusu maegesho, boresha alama au toa maagizo yaliyo wazi zaidi katika barua pepe za ziara ya mapema. Uboreshaji unaoendelea huweka matumizi ya ofisi yako kuwa safi na ya kuvutia.

"Basi Nini?" Hitimisho: Kwa nini Usimamizi wa Wageni wa Stellar ni Silaha Yako ya Siri

Usimamizi wa wageni mara nyingi hupuuzwa, lakini ni muhimu kwa mafanikio ya biashara. Zaidi ya utaratibu wa kuwasalimu na kuwakaribisha wageni, uzoefu wa kipekee wa wageni unaweza kuimarisha uhusiano wa mteja, kuelekeza marejeleo ya maneno ya mdomo, na kuinua hadhi yako ya kikazi. Hebu tuunganishe pointi ili kuona ni kwa nini ujuzi wa usimamizi wa wageni sio tu kuhusu ukarimu—ni kuhusu ukuaji, ushawishi na athari.

Kujenga Uaminifu na Uaminifu kwa Mteja

Kila ziara ya mteja ni fursa ya kuimarisha uaminifu na uaminifu. Wageni wanapohisi kuthaminiwa na kustareheshwa, kuna uwezekano mkubwa wa kuona biashara yako kama ya kutegemewa na ya kitaalamu. Miguso ya kimawazo kama vile kukumbuka mapendeleo au mahitaji ya kutazamia inaweza kuacha hisia isiyoweza kufutika.

Fikiria hili: Ziara iliyopangishwa vyema inaashiria umahiri na utunzaji, sifa mbili ambazo wateja hutafuta katika washirika wa muda mrefu. Ishara ndogo, kama vile kukupa viburudisho au kukupa hali ya utumiaji wa kuingia, huonyesha umakini kwa undani na kuimarisha imani katika uwezo wako.

Kuunda Athari za Ripple: Maelekezo ya Neno-la-Mdomo

Watu huzungumza kuhusu uzoefu wa ajabu, iwe wa kibinafsi au wa kitaaluma. Mbinu bora ya usimamizi wa wageni inaweza kuibua maneno chanya ya kinywa, na kusababisha rufaa na fursa mpya za biashara. Kwa mfano, mteja anayetarajiwa ambaye huondoka ofisini kwako akiwa amevutiwa na uzoefu usio na mshono anaweza kuutaja wakati wa mazungumzo ya kawaida, akitangaza kwa njia isiyo ya moja kwa moja kampuni yako.

Ni juu ya kujitenga. Kampuni nyingi huzingatia tu bidhaa zinazowasilishwa kwa picha kubwa, lakini zile zinazofanya vizuri katika muda mfupi huunda uzoefu kamili ambao wateja wanataka kuiga kwa wengine.

Kuunda Jukumu Lako kama Mchezaji Muhimu

Umahiri wa usimamizi wa wageni hukubadilisha kutoka kwa mchangiaji wa usuli hadi kuwa nyenzo muhimu kwa shirika lako. Inaonyesha ujuzi wa kutatua matatizo, akili ya kihisia, na mtazamo wa mbele. Sifa hizi ni muhimu sio tu kwa mwenyeji bali pia kwa majukumu ya uongozi.

Hebu wazia kutambuliwa si tu kama mtu anayepanga miadi bali kama mtu anayeboresha mahusiano ya wateja na kujenga sifa ya kampuni. Ni hatua kuelekea ukuaji wa kazi ambayo huanza na ujuzi wa sanaa ya ukarimu.

Kona ya CAMPY: Kukumbatia Concierge Wako wa Ndani (Hata Ikiwa Unaidanganya Tu)

Sio kila mtu ni mwenyeji wa asili, na hiyo ni sawa. Usimamizi wa wageni wa Stellar sio juu ya ukamilifu; ni kuhusu kucheza kwa nguvu zako na kujiviringisha na ngumi. Usimamizi wa wageni huja kwa mitindo mingi. Je, wewe ni mzungumzaji wa asili? Lenga katika kuwafanya wageni wajisikie raha kwa kupiga kelele za kirafiki. Je, wewe ni mpangaji mwenye mwelekeo wa kina? Hakikisha kila kipengele cha ziara yao kinaendeshwa vizuri.

Jambo kuu ni uhalisi. Wageni wanathamini uaminifu juu ya utendaji ulioboreshwa. Ukaribisho wa hali ya juu na wa kweli hushinda maandishi yaliyozoeleka kila wakati.

Hata mipango iliyowekwa vizuri inaweza kwenda kando. Nyakati hizi, ingawa zilikuwa na mafadhaiko wakati huo, mara nyingi huwa hadithi ambazo watu hukumbuka kwa furaha.

Chukua, kwa mfano, hadithi ya mgeni ambaye alielekezwa kwa bahati mbaya kwenye kabati la ufagio badala ya chumba cha mkutano. Ni nini kinachoweza kuwa maafa kiligeuka kuwa utani wa kukimbia kati ya mteja na kampuni, kuimarisha dhamana yao.

Kubali kutokamilika kwa ucheshi na neema. Mara nyingi, ni urejeshaji wako kutoka kwa hatua mbaya ambayo inaonyesha uaminifu wako na ubunifu.

Google Duel: "Hey Google, Je, Nitawavutiaje Wageni? Hapana, Siwezi Kumudu Chemchemi ya Chokoleti!"

Linapokuja suala la ushauri, hata Google inaweza kukosa. Ingawa miongozo ya kidijitali ya ukarimu inaweza kupendekeza ishara za kina, upangishaji wa ulimwengu halisi mara nyingi huhitaji mbinu ya msingi zaidi.

AI na algoriti hufaulu katika ufanisi lakini hazina nuance ya mwingiliano wa binadamu. Chatbot inaweza kuratibu mkutano bila dosari lakini haiwezi kutambua usumbufu wa mgeni au kujibu maswali ya moja kwa moja.

Hapa ndipo ubunifu na utunzaji wa mwanadamu huangaza. Kwa mfano, mwenyeji makini anaweza kuona mgeni akitafuta mahali pa kuchaji kifaa chake na kutoa usaidizi mara moja—jambo ambalo AI haiwezi kushika bila maagizo ya moja kwa moja.

Ucheshi na Uhalisi > Usahihi Kamili

Hebu fikiria ulimwengu ambapo AI inaamuru uzoefu wa wageni. Kila hatua, kutoka salamu hadi viburudisho, ingefuata maandishi. Ijapokuwa inafaa, ingekosa mambo ya kupendeza na haiba ambayo hufanya mwingiliano kukumbukwa.

Fikiria hali ambapo mashine yako ya kahawa itavunjika kabla ya mkutano. Utani wa haraka kuhusu jinx wa kahawa wa ofisini, ukifuatwa na ofa ya kunyakua kahawa kutoka kwa mkahawa ulio karibu, ungeacha hisia bora kuliko msamaha wa roboti kutoka kwa msaidizi wa AI.

Kusawazisha Tech na Mguso wa Binadamu

Teknolojia inaweza kuimarisha usimamizi wa wageni lakini haipaswi kuchukua nafasi ya kipengele cha kibinadamu. Tumia zana kama vile programu za kuingia kwa wageni ili kurahisisha michakato huku ukidumisha uchangamfu na ubinafsishaji ambao watu pekee wanaweza kutoa.

Kwa mfano, mgeni anaweza kuvutiwa na mchakato wa kuingia kidijitali lakini atamkumbuka mtu aliyemsalimu kwa uchangamfu na kumuuliza jinsi safari yake ilivyokuwa. Usawa kati ya ufanisi wa kiteknolojia na utunzaji wa binadamu ndio sehemu tamu ya upangishaji bora.

Kuileta Pamoja: Nguvu ya Usimamizi wa Wageni wa Kipekee

Inapofanywa vizuri, usimamizi wa wageni unakuwa zaidi ya kazi ya ugavi—ni zana ya kimkakati ya ukuaji na ushawishi. Huimarisha uhusiano wa mteja, hutoa rufaa, na kuinua hadhi yako ya kitaaluma.

Katika enzi ambapo otomatiki inachukua nafasi, mguso wa kibinadamu katika upangishaji huwa muhimu zaidi. Kwa ujuzi wa sanaa ya kukaribisha wageni, unaboresha uzoefu wao na kujiweka wewe na kampuni yako kwa mafanikio ya muda mrefu.

Kwa hivyo, wakati ujao unapomsalimu mgeni, kumbuka-sio tu unakunja zulia jekundu bali unatayarisha njia ya miunganisho ya maana na mionekano ya kudumu.

Hitimisho: Hongera, Sasa Wewe ni Ninja wa Utu!

Hili ni hitimisho lako, kilele kikuu ambacho hatimaye utapata kujigeuza kuwa kituo chenye nguvu cha huduma kwa wateja—yote kwa utu, akili na uthabiti. Hadi wakati huu, umesawazisha ujuzi wako na kupata thamani hiyo isiyoweza kubadilishwa ya kibinadamu. Pengine ulicheka njiani. Ni wakati wa kufikiria jinsi umefika mbali, kukumbatia nguvu zote za ajabu, na kisha kupiga hatua kwa ujasiri katika ulimwengu ambao utu wako hufanya tofauti zote.

"Kabla na Baada": Huduma yako kwa Wateja Inang'aa

Kwanza, acheni tutambue ukuzi ambao umepitia. Je! unamkumbuka mtu uliyekuwa ulipochukua kitabu hiki? Labda mtu fulani amefadhaika sana kutoka kwa wateja wagumu sana, amechoka kutoka kwa wakubwa wanaohitaji sana, au anapitia tu maisha na hotuba ya kawaida, ya kawaida, ya robotic.

Na sasa, linganisha hiyo na ninja ya huduma kwa wateja ambayo umejigeuza kuwa. Huu hapa ni mchezo wa kufurahisha wa "tambua tofauti" ili kuonyesha mwanga wako:

Kabla

- Umewasalimu wateja kwa misemo ya kawaida kama, "Ninaweza kukusaidia vipi?"
- Nikiwa na mawazo ya kushughulikia malalamiko.
- Nilihisi kuchoka baada ya kila zamu.
- Ilitegemea sana hati na ilijitahidi na mwingiliano wa nje.
- Kuepukwa kwa mguso wa macho na lugha chanya ya mwili, inayoonekana kama isiyoweza kufikiwa.
- Ililenga kupata shughuli badala ya kujenga uhusiano.
- Ilijitahidi kushughulikia kazi nyingi huku nikidumisha mwingiliano wa ubora.
- Nilihisi kujitenga na dhamira au maadili ya kampuni.

Baada ya

- Wasiliana na kila mteja kwa nishati ya kibinafsi na ya kuvutia: "Karibu! Ninaweza kufanya nini ili kuifanya siku yako kuwa angavu zaidi?"
- Tazama malalamiko kama fursa ya kuangaza, kuonyesha huruma na ujuzi wa kutatua matatizo.
- Maliza zamu unahisi kuwezeshwa na sio kuchoka kwa kukuza miunganisho ya kweli.
- Geuza maandishi kuwa vichocheo vya mazungumzo ya ubunifu na ya kukumbukwa.
- Lugha chanya ya mwili, kama vile kutabasamu, kutazamana machoni, na ishara wazi, itaunda hali ya uchangamfu.

- Shughuli za kawaida zinaweza kubadilishwa kuwa fursa za kujenga uaminifu na urafiki wa wateja.
- Jifunze sanaa ya kufanya kazi nyingi kwa kusawazisha kasi na ubora ili kuboresha uzoefu wa wateja.
- Sawazisha motisha ya kibinafsi na dhamira ya kampuni ili kutoa hali ya kusudi na kiburi.
- Jifunze na ukumbuke mapendeleo ya mteja, kufanya ziara za kurudia kuhisi maalum na za kibinafsi.
- Tazamia mahitaji ya wateja hata kabla ya kuyaomba.
- Kuza mtazamo wa shukrani kwa wateja, kuonyesha shukrani kwao kwa kuchagua huduma yako.

Kuangaza kwako sio tu kuhusu huduma bora; ni kuhusu kufungua uwezo wako kamili, kukumbatia utu wako wa kipekee, na kufafanua upya jinsi unavyoungana na kila mteja.

Kwa nini AI Haitawahi Kuchukua Nafasi ya Chapa yako ya Kipekee ya Ajabu

Katika enzi ya akili bandia, kuwa na wasiwasi juu ya kupoteza kazi yako kwa gumzo na uwekaji otomatiki ni rahisi. Lakini ukweli ni huu: AI ni nzuri, lakini haitawahi kuchukua nafasi ya mambo ya ajabu, kubadilika, au akili ya kihisia ambayo inakufanya kuwa wa thamani ya kipekee. Hebu fikiria mteja akiomba msaada kwa tatizo lisilo la kawaida.

Hebu fikiria mteja akiomba msaada kwa tatizo lisilo la kawaida. AI inaweza kujibu kwa, "Sielewi ombi." Lakini wewe? Unaweza kucheka, kuhurumia na kupata masuluhisho ya ubunifu, huku ukitoa mzaha kuhusu jinsi hali hiyo inavyokukumbusha jambo linaloweza kuhusishwa kwa ustadi.

AI siwezi

1. Boresha jibu la busara.
2. Shiriki kicheko na mteja kuhusu suala lao mahususi lisilo la kawaida.
3. Geuza tukio linaloweza kuwa hasi kuwa kumbukumbu chanya.

Binadamu Vs. Maonyesho ya AI

Hebu tujaribu hili

Hali ya 1: Mteja anahitaji ushauri juu ya kuchagua zawadi.

Jibu la AI: "Hapa kuna chaguzi maarufu."

Jibu Lako: “Hebu nifikirie—hii ni ya mtu ambaye ni vigumu kumnunulia? Umewahi kuwa huko. Hebu tutafute kitu kitakachowafanya waseme, ‘Wow, umeshindilia msumari!’”

Hali ya 2: Mteja amechanganyikiwa kwa sababu agizo lake limechelewa.

Jibu la AI: "Tunaomba radhi kwa usumbufu."

Jibu Lako: "Lo!, sipendi kusubiri vifurushi pia. Acha niangalie hili na nione kama tunaweza kulifuatilia kwa haraka. Kwa sasa, nitakufundisha mbinu ninayopenda zaidi ya kukabiliana na matatizo ya usafirishaji—inaitwa chokoleti."

Utu wako, ucheshi, na huruma hushinda kila wakati. AI inaweza kuwa ya haraka, lakini huwezi kusahaulika.

Misheni yako, Je, Unapaswa Kuikubali (Mharibifu: Unapaswa)

Kwa uwezo mkubwa huja wajibu mkubwa; sasa ni wakati wa kutekeleza ujuzi wako mpya. Hii ndio dhamira yako:

1. **Kubali Utu Wako:** Usijizuie. Ustaarabu wako na mtindo wa kipekee ndio unaokutofautisha.
2. **Uhalisi wa Bingwa:** Wateja wanatamani miunganisho ya kweli, sio majibu ya kukata vidakuzi.
3. **Kueneza Chanya:** Acha shauku yako isambae katika kila mwingiliano.

Dhamira yako si tu kuhusu kutoa huduma bora—ni kuhusu kuacha hisia ya kudumu. Kwa kukumbatia utu wako, kutetea uhalisi, na kueneza chanya, unabadilisha hali ya utumiaji wa wateja na kuunda upya maana ya kuungana na wengine kikweli.

Ahadi ya Huduma kwa Wateja inayoendeshwa na Mtu

"Ninaahidi kuleta ubinafsi wangu kwa kila mwingiliano wa wateja. Nitasalimu changamoto kwa ubunifu, huruma, na ucheshi. Nitajitahidi kumfanya kila mteja ajisikie anathaminiwa, anasikilizwa na anathaminiwa. Zaidi ya yote, nitakumbatia na kutumia sifa zangu kuunda uzoefu usioweza kusahaulika."

Na ndiyo, kuwa mzuri katika kazi yako ni addictive-mara tu unapoona athari za utu wako, hutataka kuacha.

Athari ya Ripple: Jinsi Mapinduzi Yako ya Utu Hubadilisha Kila Kitu

Athari ya mbinu yako inayoendeshwa na mtu binafsi inaenea zaidi ya mwingiliano wa wateja binafsi. Inabadilisha biashara, inaboresha utamaduni wa mahali pa kazi, na hata kuboresha maisha yako ya kibinafsi.

1. **Mafanikio ya Biashara:** Wateja wenye furaha husababisha kurudia biashara na kung'aa hakiki. Kwa kuunda matumizi ya kipekee, unachangia moja kwa moja kwa msingi wa kampuni yako. Mwingiliano mmoja mzuri unaweza kumgeuza mnunuzi wa mara moja kuwa mtetezi mwaminifu wa chapa yako.
2. **Utamaduni wa mahali pa kazi:** Mbinu yako haiathiri wateja pekee—inawatia moyo wenzako. Wanapokuona unashughulikia changamoto kwa neema na ucheshi, inawahimiza kufanya vivyo hivyo. Kabla ya kujua, wewe ni sehemu ya timu inayostawi kwa uchanya na ushirikiano.
3. **Utimilifu wa kibinafsi:** Furaha kubwa huja unapojua kuwa umefanya siku ya mtu kuwa bora

zaidi. Kila tabasamu, kucheka, au "asante" inakukumbusha kwamba kazi yako ni muhimu.

Kitendo kidogo cha kukusudia kinacholeta matokeo yenye maana, kama vile athari ya kipepeo. Uwezo wako wa kuungana na wengine katika kiwango cha kibinafsi unaweza kuwa na athari kubwa, kugusa maisha na kukuza ukuaji kwa njia ambazo huenda usione mara moja.

Hadithi Isiyo na Mwisho: Safari yako ya Kuendelea ya Uboreshaji

Kujua utu katika huduma kwa wateja sio marudio-ni tukio la maisha yote. Daima kuna nafasi ya kujifunza, kukua, na kuzoea.

Mfumo wa ngazi ya juu

Fikiria safari yako kama mchezo wa video

- Kiwango cha 1: Mwingiliano wa Msingi (Ustaarabu, uvumilivu).
- Kiwango cha 2: Kukuza Utu (Kuingiza ucheshi na huruma).
- Kiwango cha 3: Mgongano wa Ninja (Kugeuza malalamiko kuwa fursa).
- Kiwango cha 4: Mjenzi wa Uhusiano (Kuunda wateja waaminifu).
- Kiwango cha 5: Guru (Kuwashauri wengine katika sanaa ya huduma inayoendeshwa na mtu binafsi).

Weka malengo kwa kila ngazi na ufurahie maendeleo yako.

Kadiri unavyojua, ndivyo unavyojali zaidi

Huduma kwa wateja inayoendeshwa na mtu huanza na kujijua. Kwa nini? Kwa sababu kujitambua kunakuza uelewa na ubunifu, hivyo kukuwezesha kuungana na wateja kihalisi.

Fikiria juu yake: unapoelewa uwezo wako, mambo ya ajabu, na hata mapungufu yako, unaweza kurekebisha mbinu yako ili kukidhi mahitaji ya kila mwingiliano. Kujitambua huku kunakupa uwezo wa:

1. **Badilisha Mtindo wako:** Iwe mteja wako anahitaji subira au suluhu la haraka, kujua mtindo wako wa mawasiliano hukusaidia kujibu vyema.
2. **Kaa Ustahimilivu:** Tambua vichochezi vyako na uchague tena wakati wa mafadhaiko.
3. **Sherehekea Ushindi:** Tambua maendeleo yako na ujisikie fahari kwa michango yako ya kipekee.

Kuongezeka kwa kujitambua hakuboreshi tu utunzaji wa wateja-hufanya kazi kuwa yenye kuridhisha zaidi. Utapata furaha katika kujenga miunganisho, kutatua matatizo, na kuathiri wengine vyema.

Zana Yako ya Haiba: Mwongozo wa Marejeleo ya Haraka

Zingatia hiki "sati yako ya dharura ya kibinafsi" kwa huduma kwa wateja-mwongozo wa haraka wa kukuweka juu ya mchezo wako.

Dhana Muhimu

- **Mambo ya Ukweli:** Wateja wanaungana na watu halisi, si hati za kukata vidakuzi.
- **Chanya Inaambukiza:** Shauku yako huweka sauti kwa kila mwingiliano.
- **Ubunifu Hutatua Matatizo:** Fikiri nje ya boksi ili kuwashangaza na kuwafurahisha wateja wako.

Mbinu

- **Usikilizaji Halisi:** Wafanye wateja wako wajisikie kwa kufupisha na kuthibitisha maswala yao.
- **Uelewa katika Vitendo:** Daima tambua uzito wa kihisia nyuma ya maneno ya mteja.
- **Miguso Iliyobinafsishwa:** Tumia majina yao, rejelea mwingiliano wa zamani, au ongeza ishara ndogo zinazowafanya wajisikie kuwa wa thamani.

Vidokezo vya Haraka

- Vuta pumzi ndefu kabla ya kushughulikia hali ngumu-inakusaidia kukaa mtulivu.
- Tabasamu (hata kwenye simu). Wateja wanaweza "kuisikia".
- Weka orodha ya misemo ya kwenda kwa matukio ya hila, lakini kumbuka kuyajumuisha kwa mtindo wako.

Kicheko cha Mwisho: Mkusanyiko wa Bloopers za Huduma kwa Wateja

Huduma kwa wateja sio upinde wa mvua na waridi zote. Wakati mwingine, mambo huenda vibaya - na hiyo ni sawa. Hapa kuna baadhi ya waandishi wa habari wa maisha halisi ili kukukumbusha kwamba hata makosa yanaweza kuwa hadithi kuu:

1. **Salamu Zisizolingana:** Mwakilishi wa huduma alimsalimia mpiga simu kwa bahati mbaya kwa kusema, "Karibu kwenye Sayari ya Pizza!" badala ya jina la kampuni yao. Mpiga simu aliishia kucheka na kushiriki pendekezo la pizza.
2. **Shauku ya Kupindukia:** Mhudumu mmoja aliwahi kuwapongeza wanandoa kwa "uchumba" wao kulingana na kuona pete kwa wakati usiofaa. Hawakuwa wamechumbiana-bado.
3. **Ubunifu wa Utatuzi wa Matatizo Umeenda Kosa:** Mwakilishi alijitolea "kuimba wimbo wa furaha" ili kumchangamsha mteja aliyekasirika. Ilifanya kazi… hadi mwakilishi akasahau maneno katikati.

Matukio haya yanatukumbusha kuwa huduma inayoendeshwa na mtu binafsi si lazima iwe kamilifu—lazima iwe halisi.

Zamu Yako: Changamoto ya Kuingiliana

Ni wakati wa kujaribu ujuzi wako! Hebu fikiria hali hizi na uunda majibu yako bora yanayotokana na utu:

1. **Mnunuzi aliyezidiwa:** Mteja anaonekana kuchanganyikiwa na mwenye mkazo katika duka lako.

2. **Mlalamikaji wa Kudumu:** Mteja wa kawaida analalamika kuhusu sera ambayo huwezi kubadilisha.
3. **Mtazamaji Kimya:** Mteja huzunguka-zunguka kwenye nafasi yako bila kujihusisha.

Shiriki majibu yako ya ubunifu kwenye mitandao ya kijamii ukitumia reli maalum, au jiunge na jumuiya ya wataalamu wenye nia moja ili kubadilishana mawazo. Kwa pamoja, mnaweza kuhimizana na kuendelea na safari ya ukuaji.

Ahadi Yenye Nguvu ya Utu

Wacha tufunge mpango huo kwa ahadi—kiapo chepesi na chenye kuwezesha kukukumbusha juu ya athari ya ajabu ambayo utu wako unaweza kuwa nayo.

"Ninaapa kuleta utu wangu kwa kila mwingiliano wa huduma kwa wateja. Nitakuwa mwaminifu, mwenye huruma, na mbunifu katika kubadilisha vikwazo kuwa fursa na wateja kuwa mashabiki wa maisha yote. Nitaeneza misisimko mizuri, nitapokea yasiyotarajiwa, na kupeperusha bendera ya ubora unaoongozwa na mtu kwa fahari."

Ichapishe, iweke fremu, itundike ili kupata msukumo- au, angalau, kicheko kizuri wakati wafanyakazi wenzako wanauliza kuihusu!

Epilogue: Mtazamo wa Mustakabali wa Huduma kwa Wateja Inayoendeshwa na Mtu

Je, nini kitaendelea na huduma kwa wateja? Je! roboti zitawahi kuwa sehemu ya ukweli wetu? Pengine, lakini kamwe hawaondoi kabisa sehemu ya kibinadamu. Hebu wazia ulimwengu ambapo AI hushughulikia kazi za kawaida, huku ikikuweka huru ili kuzingatia miunganisho ya maana ambayo wanadamu pekee wanaweza kutengeneza. Tazamia siku zijazo ambapo utu wako unakuwa kigezo bainifu katika kuunda hali ya utumiaji isiyoweza kusahaulika kwa wateja.

Kadiri otomatiki inavyochukua mkondo wake, uwezo wako wa kuunganishwa kihalisi utakuwa wa thamani zaidi. Utakuwa daraja kati ya teknolojia na mwingiliano wa kibinadamu usio na wakati. Kwa hivyo, unapofunga kitabu hiki, kumbuka: mustakabali wa huduma kwa wateja uko mikononi mwako. Endelea kukumbatia sifa zako, kueneza chanya, na kuunda ulimwengu wa huduma kwa wateja mwingiliano mmoja baada ya mwingine.

Maneno ya Kuagana: Send-off ya Kicheshi

Tunapomaliza safari hii, wacha nikuache na changamoto moja ya mwisho:

Hebu fikiria ukiuliza Google, "Je, AI inaweza kutoa huduma kwa wateja inayoendeshwa na mtu kama mimi?" Jibu linaweza kuwa, "Samahani, sina habari hiyo."

Na hiyo ndiyo maana. Hakuna algoriti inayoweza kuiga mchanganyiko wako wa ucheshi, huruma na uhalisi. Wewe si kiziwi tu kwenye mashine—wewe ni mpigo wa moyo wa huduma kwa wateja, shujaa asiyeimbwa wa mwingiliano mwingi.

Kwa hivyo nenda huko nje, ukumbatie utu wako wa ndani, ninja, na ufanye kila mwingiliano usisahaulike. Ulimwengu uko tayari kwa mchanganyiko wa kipekee wa ujuzi, mambo ya ajabu na mambo ya ajabu ambayo wewe pekee unaweza kuleta.

Kiwango chako kinachofuata kinakungoja-nenda ukishinde.

Kadi ya Alama kwa Mwenye Kutia shaka Akili

Je, wewe ni bingwa wa huduma kwa wateja inayoendeshwa na mtu binafsi, au bado una nafasi ya kukua? Ni wakati wa kujitathmini kwa kucheza! Fikiria hii kama fursa yako ya kutathmini umbali ambao umetoka huku ukitambua maeneo ya kurekebisha.

Jibu swali hili la haraka ili kutafakari maendeleo yako. Jipatie alama kwa kila kauli:

1. Ninawasalimu wateja kwa uchangamfu na kwa njia ya kipekee, nikiepuka misemo ya kawaida kama vile "Ninaweza kukusaidia vipi?"
2. Ninashughulikia malalamiko kama fursa za kujenga uaminifu badala ya kuwa mzigo.
3. Ninahisi kuwa na nguvu baada ya zamu, sio kuishiwa maji au roboti.
4. Ninatumia maandishi kama miongozo, na kuongeza ustadi wangu kuzifanya kuwa zangu.

5. Ninaunda nyakati za muunganisho ambazo wateja wanakumbuka.

Bao

- Pointi 1-3: Utu unaendelea—unazidi kupata joto!
- 4-7 pointi: Budding personality ninja-endelea kusafisha.
- Alama 8-10: Mkufunzi aliyeidhinishwa wa huduma kwa wateja—hongera, umefanikiwa!

Hii sio tu kadi ya alama; ni uzinduzi wa ukuaji unaoendelea. Kubali kila fursa ya kuboresha ufundi wako.

www.ingramcontent.com/pod-product-compliance
Lightning Source LLC
LaVergne TN
LVHW010934051026
849532LV00003B/967

* 9 7 9 8 9 0 0 5 6 6 9 7 9 *